ஸ்ரீ ஷீரடி சாய் காவியம்

கவித்தாசபாபதி

ஓவியா பதிப்பகம்

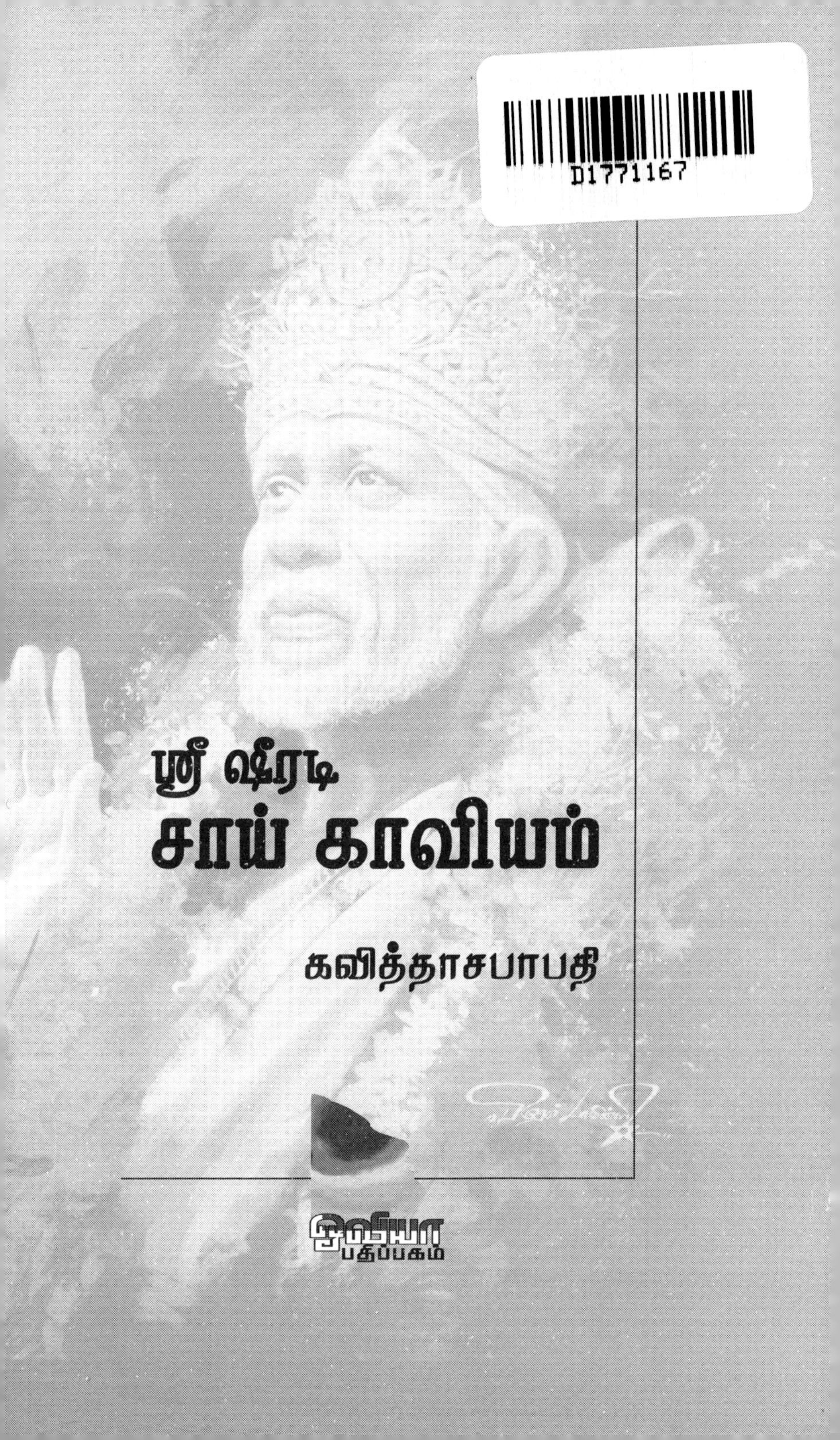

PRICE : ₹ **250**

ஸ்ரீ ஷீரடி சாய் காவியம்

SHREE SHEERADI SAI KAVIYAM

KAVITHASABABATHI ©

First Edition : April 2022

Pages : 224

Wrapper : Prem Davinci

Layout: Visual Vinodh

Printing : AKL Printers, Chennai - 116.

ISBN No. : 978-81-949965-2-1

வெளியீடு : ஓவியா பதிப்பகம்

Published by : **Oviya Publication**

17-13-11, Sriram Complex,

Gandhi Nagar Main Road,

BATLAGUNDU - 624 202.

Dindigul District,

Tamil Nadu, INDIA.

Cell : 766 755 711 4

email : oviyapathippagam@gmail.com

oviyapublication@gmail.com

பதிப்புரை

ஓவியா பதிப்பகம்

தமிழின் பெருங்காப்பு காப்பியங்கள்தான். அதனால்தான் இவற்றைக் காப்பியம் என்கிறோம். பூக்களை மாலையாகத் தொடுக்கிற மாதிரி பாக்களால் தொடுக்கிற இக் காப்பியம் தமிழ்க் கோபுர கலசம். இலக்கியத்தில் வளமையும், பழமையும் இருக்கிற மொழியில் காப்பியம் சாத்தியமாகிறது.

ஐம்பெருங் காப்பியம், ஐஞ்சிறு காப்பியம் கண்ட இன்பத் தமிழ் வளமையும் பழமையும் கொண்டதே! அதிலும் சிந்தாமணி, சிலப்பதிகாரம் போன்று கதைப் பாடல்களாக உருவான காப்பியங்கள் இன்றைய தமிழ் இலக்கியத்தில் பெரும் வரவேற்பு பெறுகின்றனதான். காப்பியங்கள் வரிசையில் காவியங்களும் தமிழில் மிக முக்கிய இடம் வகிக்கின்றன.

இதன் தொடர்ச்சிதான் இன்றைய பாரதியின் பாஞ்சாலி சபதம், பாரதிதாசனின் பாண்டியன் பரிசு, புலவர் குழந்தையின் இராவண காவியம், கண்ணதாசனின் ஏசு காவியம் போன்றவை. அதிலும் இந்தக் காவியங்கள் ஏற்படுத்தும் தாக்கங்கள் அளவிடற்கரியவை.

அந்த வரிசையில் கவித்தாசபாபதியின் "ஸ்ரீ ஷீரடி சாய் காவியம்" முக்கிய இடம் பெறும். நூல் முழுக்க ஷீரடி சாய் பாபாவின் மகோன்னத மகத்துவத்தை நறுமணம் கமழ்கிற பாச்சரங்களால் அலங்கரித்திருக்கிறார். ஆரத் தழுவுகிற சொற்களில் ஷீரடியைத் தொழுது இயற்றிய காவியம் இது. இயற்கையும், ஜென்னும், மலையும், நதியுமென வாழ்கிற ஒருவரால் படைக்கப்படுகிறது. வறண்ட மனங்களினூடே நீரோடிக் கடக்கிற மாதிரி சாய் பாபாவை நம்முள் இயல்பாகக் கடத்தி விடுகிறார். இது இவருக்கு வாய்க்கப் பெற்றதில் ஆச்சரியமொன்றுமில்லை.

'பருத்தி நூல் நூற்ற உடையில்
பற்றற்றப் பயணத்தின் நடையில்
பித்தனைப் போல் நீண்ட முடியில்
பெருங்கனிவு உருகும் கடைவிழியில்
சித்தர் வந்தார்'

இப்படி பாபாவின் சித்திரத்தை நமக்கு அறிமுகம் செய்தபடி காவியம் தொடங்குகிறது. இந்தக் காட்சி வெறும் சித்திரம் மட்டுமல்ல, கனிவும், தெய்வீகமும் ஒருங்கே அவதரிக்கிற மகானை நம் மனக்கண் முன் நிறுத்துகிறது.

'ஓரடி எனை நோக்கி
நீங்கள் எடுத்து வைத்தால்
நூறடி நான் வருவேன்
நேசமலர் செண்டோடு'

எனக் காவியத்தின் இறுதியில் ஷீரடியின் சிறப்பைச் சொல்லி அவரின் திருவடி இருப்பைக் காட்டுகிறார். நூல் முழுக்க ஒரு தேர்ந்த கதைசொல்லி கவிஞர் கவித்தாசபாபதி. இது வெறும் கதையல்ல அருட் காவியம். இந்த "ஸ்ரீ ஷீரடி சாய் காவியம்" பெரும் வரவேற்பைப் பெற்று நல்வழி இலக்கியமாக உருப்பெறும். வாங்கிப் படியுங்கள்.

– 'தமிழ்ச்செம்மல்' **வதிலைபிரபா**
வெளியீட்டாளர், ஓவியா பதிப்பகம்

காவிய
ஆராதனைகள்

காலம் முழுதும் நிற்கும் காவியம்

பத்மஸ்ரீ கவிஞர். 'சிற்பி' பாலசுப்பிரமணியம்

நம் நாட்டில் அபூர்வமான அனுபவங்களை விதைத்துச் சென்ற சான்றோர் வாழ்ந்ததுண்டு. அவர்களை இறை மனிதர்களாக – சித்தர்களாக நாம் கொண்டாடுகிறோம். சராசரிகளிடமிருந்து வேறுபட்டவர்களான இவர்கள் எளியவர்களிடம் காட்டிய பரிவும், எதிர்பாராமல் நிகழ்த்திய வியப்புகளும் சொல்லில் அகப்படாத பெருமைக்குரியவை.

இராமகிருஷ்ணர், இரமணர், இராமலிங்கர் என வளரும் அந்த வரலாற்றில் தனியிடம் பெற்றவர் ஷீரடி சாய்பாபா. இன்று வரை அவரிடத்தில் தங்கள் வாழ்வையும் மனதையும் ஒப்படைத்துவிட்ட லட்சக் கணக்கான மக்கள் உண்டு. நாடு முழுவதிலும் அவருக்கு ஆலயங்கள் எழுப்பப்பட்டு வழிபாடுகள் நிகழ்ந்து வருகின்றன..

வணக்கத்துக்குரிய ஷீரடி சாய்பாபாவிடம் தன்னை இழந்து பெருக்கெடுத்த தன் உணர்வுகளை ஒரு குறுங்காவியமாக வடித்துத் தந்திருக்கிறார் கவிஞர் கவித்தாசபாபதி. அகத்தில் விழுந்த உணர்வு விதைகளை ஒரு நந்தவனமாக வார்த்துக் கொடுத்திருக்கிறார் கவிஞர். அதுதான் ஷீரடி சாய் காவியம்.

கவித்தாசபாபதி அருமையான கவிஞர். குறிப்பாக இயற்கையை நேசிக்கும் உள்ளத்தால் தாமும் இயற்கையை எழுதி, மற்றவர்களையும் எழுதவைத்துப் பல தொகுப்புகளை

உருவாக்கியவர். இயற்கை ஆராதகராக இருந்த கவிஞரை ஷீரடி சாய்பாபா ஒரு மாயத்தால் கவர்ந்து கொண்டார். ஆன்ம நேயம் பூண்டுவிட்ட காரணத்தால் இந்தக் காவியம் அவரிடமிருந்து உதயமாகியுள்ளது. இது தமிழ்க் கவிதைக்கு ஒரு வரமாக வாய்த்துவிட்ட தென்றே சொல்ல வேண்டும். காவியம் புனைந்த கவிஞரை வாழ்த்தி மகிழ்கிறேன்.

ஷீரடி சாய்பாபா பத்தொன்பதாம் நூற்றாண்டில் பிறந்து இருபதாம் நூற்றாண்டில் சித்தி பெற்ற ஞானி. இவருடைய பிறப்பு எங்கு எப்படி நிகழ்ந்ததெனத் தெரியவில்லை. பதினாறாம் வயதில் ஷீரடியில் காட்சி தந்து மக்களை ஆட்கொள்கிறார். சமய சமரசம் கொண்டவராகத் திகழ்ந்த இவர் சமூதாய ஒருமைப் பாட்டின் அவதாரமாகக் கொண்டாடப்படுகிறார். அற்புதங்கள் நிரம்பிய அவருடைய வாழ்வில் தம்மைக் கரைத்துக்கொண்ட கவித்தாசபாபதி இனிய காவியமாகத் தம் கவித்துவ அழகோடு சாய்பாபா காவியத்தை வடித்துத் தந்திருக்கிறார்.

ஒரு வேப்ப மரத்தின் அடியில் பாபாவைச் சிறுவர்கள் காண்கிறார்கள். அதனால் அந்த ஊரும் அவரை அறிகிறது. வேப்ப மரத்தைக் கவிஞர் பரவசமாக வருணிக்கிறார்,

காலக் காலங்களின் கதையில் வாழும்
காவிய வேப்பமரம்
சூரியனுக்கே நிழல் கொடுத்த
சுந்தர வேப்பமரம்

என்று களித்துக் கூத்தாடுகிறார் கவிஞர். அந்த முதல் காட்சி யிலேயே அதிசயம் நிகழ்கிறது. சிறுவர்கள் கற்களால் அவரைத் தாக்குகிறார்கள். குருதி கசிந்தும் அசையவில்லை பாபா. பின்னர் ஊரார் வேப்பம் இலையை சுவைத்துப் பார்த்தபோது அது இனிப்பாக இருந்தது கண்டு வியந்தனர். காணாமல் போன சாந்த் பாயின் குதிரையை வரவழைத்து மற்றொரு அற்புதமும் நிகழ்த்துகிறார். தொடரும் அற்புதங்களைப் போலவே சோதனைகளும் நிகழ்கின்றன. தங்கள் எளிய ஊரை உலகப் புகழுக்கு உயர்த்தும் ஒரு தெய்வமகன் இவர் என்று விரைவில் மக்கள் உணர்கிறார்கள்.

வியப்புக்குரிய பாபாவின் வாழ்க்கையை கவித்தாசபாபதி

தன் கவிதை வித்தகத்தால் ஒரு சிற்பமாகச் செதுக்கித் தந்திருக்கிறார். பாபா தங்கியிருந்த பழைய மசூதியை,

மகத்துவங்கள் எல்லாம்
மலர்களாய்ப் பூத்த குடில்
மார்க்க நதிகளெல்லாம்
சங்கமமாய்ச் சேர்ந்த கடல்

என்று அழகுறக் கூறுகின்றார்.

பாபாவின் தோற்றம் எப்படியிருந்தது? கவிஞர் எழிலோவியமாகப் படம் பிடித்துக் காட்டுகின்றார்.

கழுத்து முதல் முழங்கால் வரை
ஒற்றை மேலங்கியும்
மழித்த தலையை மூடிக்
கட்டிய துணியும்
கண்களில் காந்தமும்
கையில் சிறு கோலும்
தோளில் காலியாய்த்
தொங்கும் பையுமாய்

சச்சிதானந்த சாய் ராம் செல்லும் அழகே அழகு என்கிறார். பாபா தினமும் பிச்சையெடுத்து உண்ணும் காரணத்தைக் கவிஞர் வாயிலாக அறிந்து ஆச்சரியப்படுகிறோம்.

மனிதர்களிடம் பிச்சை வாங்கும்போது அவர்கள் பாவங்களையும் வாங்கிக் கொள்கிறாராம் பாபா. அதனால் அவரைப் 'பிச்சைப் பேரழகர்' என்று கவிஞர் அழைப்பதன் அர்த்தம் புரிகிறது.

பாபா தண்ணீரால் விளக்கெரித்த அற்புதத்தைப் படிக்கிற போது வள்ளலார் செய்த அற்புதத்தை நினைவுகூற முடிகிறது. 'பசிக்கிறது' என்று லட்சுமியிடம் வாங்கிய ரொட்டியை நாய்க்குப் போடுகிறார். எல்லா உயிரின் பசியும் போக்கத் தக்கது என்று உணர்த்துகிறார். மரத்திலிருந்து சாகப் போகிறேன் என்று குதித்த தாத்யா என்ற சிறுவனை எங்கிருந்தோ வந்து காக்கிறார் பாபா. அந்தச் சிறுவன் கற்களை அவர் மீது எறியும்போது அவை சாமந்திப் பூக்களாய் விழுகின்றன. அன்று மனம் மாறுகிறான் தாத்யா. அதனை,

தத்ராத்ரேயர் சாயி
தத்ரூபச் சரிதை வானில்
வெள்ளி மீனானானே

என்று பாடுகிறது கவிமனம். ஷியாமா, மகல்ஷா, கஸ்தூரி, இலட்சுமி ஆகியோர் வரிசையில் எதிர்ப்பாளனாக இருந்த கபர்தே அடியவனாகி விடுகிறான்.

ஒரு சமயம் பாவம் தொலைக்க கங்கைக்குப் போவதாக தாஸ் காணு என்பவர் கூற, தன் பாதங்களிலிருந்து கங்கையும் யமுனையும் பெருகும்படி செய்கிறார் பாபா. இப்படி அற்புதங்கள் தொடர் அத்தியாயங்கள் ஆகின்றன சாய் சரிதத்தில்.

சுந்தரிபாய் என்ற கிருஷ்ண பக்தைக்கு மசூதியே ஆலயமாகி விடுகிறது. இந்த வரலாறு கூறும்போது கவிஞர் பேதமற்ற தத்துவத்தைத் தம் கவிதைகளால் படைத்துக் காட்டுகிறார்,

பேதங்கள் மறந்துவிட்டால்
பார்ப்பதெல்லாம் கோபுரம்
மனம் கொண்டு பார்த்தால்
மசூதியும் ஆலயம்

என்பது கவிஞர் வாக்கு.

பாபாவின் காலத்திலேயே அவர் வரலாறு எழுதப்பட்டு விடுகிறது ஹேமந்த் பந்த் என்பவரால். பாபாவே அதற்கு ஆசி வழங்குகிறார். இராமானுசர் காலத்திலேயே இராமானுச நூற்றந்தாதி எழுந்ததை இது ஞாபகப்படுத்துகிறது. பாபாவின் புகைப்படம் கூட எடுக்கப்பட்டு விடுகிறது. அவர் ஷீரடியில் எல்லார் வீட்டுக்கும் அதைத் தரும்படி படம் பிடித்த ஆங்கிலேய அதிகாரியிடம் தெரிவிக்கிறார்.

அங்கே பளிங்குக் கற்களால் கிருஷ்ணன் கோயிலும் உருவாகிறது. இதனிடையே தேசபக்தர் திலகர் பாபாவைக் காண வருகின்றார். அப்போதும் அவர் நாட்டு விடுதலை பற்றி பாபாவிடம் கேட்கிறார். சில ஆண்டுகளில் நிச்சயம் நடக்குமென பாபா கூறத் திலகர் நெகிழ்ந்து போகிறார்.

இவ்வாறு வாழும் அதிசயமாக விளங்கிய பாபா தன் மரணத்தையும் தியாகமாக்குகிறார். அவர் அன்பிற்குரிய

‘தாத்யா’ கடும் நோய்வாய்ப்படுகிறார். அவனைக் காக்கும் பொருட்டு அவன் நோயைத் தான் பெற்றுக் கொள்ள அவர் உயிர் பிரிகிறது.

கண்ணனுக்குக் கட்டிய கோயிலில் பாபா திருச்சிலை ஒரு தசமித் திருநாளில் நிறுவப்படுகிறது.

கடைசியாக சாய்பாபா சொன்ன மொழிகள் நமக்கு அமுத மழையாக அமைகின்றன. கவித்தாசபாபதியின் சொற்களில் அவை புத்துயிர் பெறுகின்றன.

சோதியை ஏற்றுங்கள்
சுடராக நானிருப்பேன்
பூதியைத் தீட்டுங்கள்
பரவசங்கள் நான் தருவேன்
சாதி மதம் துரத்துங்கள்
சங்கமத்தில் நான் வருவேன்

பேதங்கள் அற்ற சமூதாயம் காணவே பாபா வாழ்ந்தார். மனித மனங்களில் அமரத்துவம் பெற்றார். இதுதான் காவியம் தரும் செய்தி.

ஏதோ ஓர் உள்ளுணர்வு பிடித்து உந்த கவித்தாசபாபதி பாபாவின் அருள் வாழ்வைக் காவியமாக்கித் தந்திருக்கிறார். காலம் முழுதும் ஷீரடி ஆலயம் போல் இந்தக் காவியம் கவிஞரின் பெயரை நிலைநிறுத்தும்.

கடவுளின் நிழலும் கறையான் அரிக்காத கவிதை சரிதமும்

எழுத்தாளர் அமிர்தம் சூர்யா
(நிறுவனர் - கருமாண்டி ஜங்ஷன் யூ டியூப் சேனல்)

கவிதைகளால் ஆனது காப்பியம். காப்பியம் தான் கலாச்சார பண்பாட்டு விழுதாக மாறி அதுவே ஒரு விருட்சமாக மாறி நிற்கிறது.

இராம காப்பியமாக இருந்தாலும் சரி, எதிர்வினை புரிய இராவணக் காவியமாக இருந்தாலும் சரி, சதா இயக்கம் கொண்ட மொழிவடிவம் கவிதைதான்... என்பதை உணர்ந்த நம் கவிஞன் கவித்தாசபாபதி எளியக் கவிதைகளால் எழுதிய காப்பியம் தான் ஸ்ரீ ஷீரடி சாய் காவியம்.

இறைவனை அறிய, அடைய நான்கு வழிமுறைகள் உள்ளது.

ஞான மார்க்கம்
கர்ம மார்க்கம்
கிரியா மார்க்கம்
பக்தி மார்க்கம்

இதில் பக்தி மார்க்கத்தில் நின்று உங்களுடன் உரையாடுவது தான் இந்தக் காவிய முயற்சி.

நான்கு மார்க்கத்தின் மூலமாக நாம் முக்தியை அடையலாம். முக்தியை நான்கு விதமாக வகுத்துள்ளனர் ஆன்றோர். இறை உலகில் வாழும் நிலையை 'சாலோக்கியம்' என்றும், இறைவனுக்கு அருகில் வாழும் நிலையை 'சாமீப்பியம்' என்றும், இறைவனின் வடிவத்தைப் பெறக்கூடியதை 'சாரூப்பியம்' என்றும், இறைவனோடு ஒன்றிணைந்து நிற்கும் நிலையை 'சாயுஜ்யம்' என்றும் குறிப்பிடுகின்றனர். சித்தர்கள் இந்த நாலாவது நிலையை எட்டிவிட்டவர்கள். இந்த நான்கு முக்திநிலைகளுக்கும் உட்பட்ட ஒரு மகான் தான் சீரடி சாய்பாபா.

நாவல், கட்டுரை, சிறுகதை, கவிதை என்ற நான்கு வடிவங்களில் இலக்கியம் கோலோச்சினாலும், கவிதை தான் கடவுளைப் பேச, உணர, நிருபிக்க சரியான வடிவம் என்று உணர்ந்து கவித்தாசபாபதி கவிதைகள் மூலம் பக்தி மார்க்கத்தில் நின்று காவியமாக இந்நூலை எழுதி சமர்ப்பிக்கிறார்.

திருநீறு பற்றி 'அரு நோய்கள் கெட வெண்ணீறு அணியாராகில்...' என்று அப்பர் எழுதுகிறார்., 'மந்திரமாவது நீறு; வானவர் மேலது நீறு' என்று திருஞானசம்பந்தர் வரைகிறார், 'திருவெண்ணீறிடா மூடர்' என்று சப்தமிட்டு கத்துகிறார் அருணகிரிநாதர். திருநீறு பற்றி கொஞ்சம் நவீனக் கவிதை போல் சுத்திச் சுத்தி இவர்கள் சொல்வதைப் பார்த்து நம் ஔவையார், 'நீறில்லா நெற்றி பாழ்' என்று எளிமையாக முடிக்கிறார். அதுபோலவே மிக எளிமையாய் ஔவை போல் இந்தக் காவியத்தை கவிஞர் கவித்தாசபாபதி எழுதிச் செல்கிறார். இந்தக் கவிதைகளுக்கு யாரும் கோனார் உரை எழுத வேண்டியதில்லை. ரசனையும் தமிழும் தெரிந்தால் போதும் இந்தக் காப்பியத்தில் கலந்துவிடமுடியும்.

கற்பனையில் தீர்க்க தரிசனமும் நியாயப் பிரமாணமும் இருக்கிறது – என்று மத்தேயு வசனம் சொல்கிறது. இதற்கு முன்பாக கற்பனையில் தம் மனதுக்குள் ஆகம விதிப்படி கோயில் கட்டி குடமுழுக்கும் நடத்தி தீர்க்க

தரிசனம் பெறுகிறார் பூசலார். பக்தியில் கரைந்துருகும் மனம் கற்பனையில், அதே நேரம் விழிப்புணர்வின் உச்சத்தில் படைப்பாற்றலாக மாறி தனது உள்ளத்தின் சக்தியால் உருவம் செய்திடும் உள்நிலையை தான் நமது பூசலார் கதை நமக்கு சொல்லும் தத்துவம்.

பூசலார் கற்பனையில் மனதுக்குள் கோயில் கட்டினார். அதை அதே அலைவரிசையில் ஒத்த சிந்தனையுள்ளவர்கள் மட்டுமே அறிய முடியும்... வணங்கமுடியும். ஆனால் எங்கள் கவிஞன் கவித்தாசபாபதிக்கு கவிதை தெரியும், மொழியின் சூட்சமம் தெரியும், வார்த்தைகளில் வசந்தத்தை விதைநெல்லாக விதைக்கத் தெரியும். அதை வாசக பக்தர்களை வாசிக்க வைக்கத் தெரியும். அதனாலேயே இந்தக் கவிதைக் கோயிலை அவரால் கட்ட முடிந்தது.

சேரி வாழ் மக்களோடு கூத்தாடும் தாண்டவர்
சீழ்வடியும் தொழுநோயர் தோல் கழுவும் தூயவர்

என்று கவித்தாசபாபதி பாபாவை வர்ணிப்பார். மக்களின் நன்மைக்காக மக்களுடன் வாழ்ந்தவர்கள் சித்தர்கள். இந்த இரண்டு வரி – சமுகத்தில் அவர் எந்த மக்கள் பக்கம் இருந்தார் என்பதற்கு ஆவணம்.

மகான் இல்லாத பிரதேசம் எப்படி இருக்கும் என்பதை ஒற்றை வரியில் காட்சியாகச் சொல்லிவிடுகிறார் கவிஞர். எப்படி?

"குளம் இல்லா ஊரில் நிலா வறண்டு இருக்கும்"

படித்ததும் நான் சபாஷ் என்றேன். குளம் வறண்டு போனதால் குளத்தில் நிலா காணாமல் போனது என்று சொன்னால் அவன் சாமான்யன். நிலா வறண்டு போனது குளம் இல்லாததால் என்று எழுதினால் அவன் கவிஞன்.

மண்ணைத் தோண்டினார்கள் என்று எழுதாமல் கவித்தா சபாபதி, கடப்பாரைக் கிழித்த நிலம் என்று எழுதுகிறார். நான் கவிஞன். பாம்பின் கால் பாம்பறியும். இந்தக் கவிஞனின் காவியத்தில் நான் கவித்துவத்தை

மட்டுமே உண்டியலில் சேர்க்கும் நாணயம் போல் சேர்த்துக்கொண்டே வந்தேன் குறிப்புகளால்...

காலத்தின் சரிதத்தை கரையான் அரிப்பதில்லை என்ற வரியிலும் இரவில் உறங்கிக் கொண்டே எல்லார் கனவில் நடமாடும் தேவன் என்ற வரியிலும் சூரியனுக்கு நிழல் கொடுத்த வேப்பமரம் என்ற வரியிலும் நான் சிலாகித்து நின்றேன். கடலிலிருந்து நகரத்தை நோக்கிப் பாயும் உப்பு நதி போல் அறிந்த சொல்லை அறியாத பிரதேசமாக மாற்றி ஆச்சரியப்படுத்துகிறார்.

பாபா இப்போது இல்லையே அவரின் உடல் இருப்பு இல்லையே அவரைப்பற்றிய பேச்சும் நினைவும் சிந்தனையும் மட்டுமே இப்போது இருக்கிறது என்று யாராவது வாதிட்டால், வாடினால், பாபா சொல்கிறார்... கடவுளின் நிழலில் எல்லாம் நான் உங்களைக் காண்பேன் என்கிறார். கடவுளின் நிழல் என்பது இயற்கையின் சாரம் தான். இதை பாபா சொன்னாரா கவித்தாசபாபதி சொன்னாரா தெரியவில்லை. ஆனால் கடவுளின் நிழல் என்ற சொல்லாட்சி தனித்துவமானது. இந்தக் காவியம் கடவுளின் நிழல்தான்.

காணாமல் போன குதிரையை குரல் கொடுத்து அழைத்த சம்பவம்,

வேப்ப இலைகள் இனித்த நிகழ்ச்சி,

பூமிக்கடியில் தோண்டியபோது எரியும்தீபம் கண்ட அனுபவம்,

கல்லைத் தட்டி நீரை கொண்டுவந்த காட்சி,

தண்ணீரில் தீபம் எரியவைத்த படலம்,

நாயின் பசிக்கு பிச்சை கேட்ட உரையாடல்,

மசூதியில் தீபத்தை ஏற்றிய அபாரம்,

எறிந்த கற்களைப் பூக்களாக மாற்றிய அதிசயம்,

இப்படி காவியத்தின் காட்சிகள் எல்லாம் ஓடையில் துள்ளும் வனமீனாக கவித்துவத்தால் நம்மைக் கொள்ளையடிக்கிறது.

கவித்தாசபாபதி

ஜோதி என்பது வெளிச்சம். சுடர் என்பது தீயின் கொழுந்து. அதாவது தீயின் பிஞ்சு. கவித்தாசபாபதி பாபாவை வர்ணிப்பதில் கூட அவ்வளவு மென்மையைக் கையாள்கிறார்.

சோதியை ஏற்றுங்கள் – சுடராக நானிருப்பேன் என்று பாபா சொல்வதாக இவர் ஒரு வரி எழுதுகிறார். இப்போது ஒரு சந்தேகம்... சுடர் அல்லது தீபத்திலிருந்து வெளிச்சம் பிறக்கும். சோதியை / வெளிச்சத்தை எப்படி ஏற்றுவது? அப்படி வெளிச்சத்தை ஏற்றினால் அவர் தீபமாக, சுடராக உள்ளே இருப்பாராம். எவ்வளவு நுட்பமான கூற்று. வெளிச்சம் என்பது செயல்வினை. சுடர் என்பது செயல். ஆக நாம் விருட்சமாக விரும்பினால் அவர் விதையாக இருப்பார். நீ வெளிச்சமாய் இரு என்பதுதான் அவர் சொல்ல வந்தது அப்படி வெளிச்சமாக விரும்பும்போதே அவர் உன்னுள் சுடராக ஒளிர்வார் என்கிற நுட்பத்தை நீங்கள் சட்டென வாசித்துக் கடக்கமுடியாது.

தேவாரத்தில் 'சித்தி' என்ற சொல், 'இறைவனை அடைவதில் வெற்றி' என்ற பொருளிலேயே பயன்படுத்தப்பட்டுள்ளது. ஒருவன் தன்னுள்ளே சிவத்தை உணர்வதை, திருமந்திரம், "சித்திக்கு வித்து சிவபரம் தானாதல்' என்கிறது. இந்த உணர்தலில் வெற்றிப் பெற்றவர்களே சித்தர்கள்.

உங்களை இந்தக் காவியம் சித்தராக்கும் முயற்சியை திணிக்கவில்லை. இறைவனை உணரும் அல்லது இறைவனைக் கண்டடைந்த ஒரு மகான் பற்றி சொல்லி அப்படி ஒரு வழி உண்டு, அது பக்தி மார்க்கத்தில் சாத்தியமே என்று சொல்லி கைக்காட்டி மரமாக நிற்கிறது.

தெளிவு குருவின் திருமேனி காண்டல்
தெளிவு குருவின் திருநாமம் செப்பல்
தெளிவு குருவின் திருவார்த்தை கேட்டல்
தெளிவு குருவின் திருஉரு சிந்தித்தல்தானே

என்பது போல் ஷீரடி சாய் காவியம் நான்கு ரூபங்களிலும் தம்மை வெளிப்படுத்துகிறது. அதாவது கவிதையின்

மூலமாக பாபாவை காண வைக்கிறார். அவர் சரிதம் சொல்லி அவர் நாமத்தை சொல்ல வைக்கிறார். பாபா வார்த்தைகளைக் கேட்கச் செய்கிறார். வாசித்து முடிக்கும் போது பாபாவை நோக்கி நம்மைச் சிந்திக்க வைக்கிறார். மொத்தத்தில் திருமூலர் சொன்னதைச் செய்து காட்டிய செம்மையாளராக எனக்குத் தெரிகிறார்.

கவித்தாசபாபதி வரிகளையே சாட்சியாகக் கொண்டு நான் சொல்கிறேன். பனியில் உதறும் உடலாக உங்கள் வாழ்வு நெருக்கடியில் இருக்குமேயானால் இந்நூல் தாயின் கருப்பைப் போல் பாதுகாப்பான கதகதப்பைத் தரும் போர்வையாக மாறும். உங்கள் விழிகளுக்கு ஆசிகள் கிடைக்க ஆசைப்பட்டால் இந்தக் காவியத்தை வாசிப்பது உத்தமம்.

இது நம்பியவனின் வாக்குமூலம்.

நாள்தோறும் தவறாமல் ஷீரடி சாய் பாபாவின் தரிசனம் பெறும் நண்பர் / பக்தர் ஒருவருக்கு ஒரு சில நாட்களில் அவரின் தரிசனம் கிடைக்காமல் போய்விட்டது. ஒரு நாள் அதிக கூட்டம். அந்த பக்தர் உள்ளே அனுமதிக்கப்படவில்லை. இன்று பாபாவின் ஆசி பெறாமல் வீடு திரும்புவதில்லை, உண்பதும் இல்லை என்று இரவு வரை காத்திருந்து பாபாவின் கால்களைத் தொட்டார்.

"நீ ஏன் உன்னை வருத்தி எனக்காகக் காத்திருக்கிறாய் ஒவ்வொரு நாளும்? நாளையிலிருந்து இதை விட்டு விடு. நானே அங்கு வருவேன். நாள்தோறும் நீ உணவு உண்பதற்கு முன் நீ என்னைப் பார்ப்பாய்" என்று அவரை அனுப்பினார் பாபா.

மகிழ்ச்சியுடன் சென்ற பக்தர் மறுநாள் உணவருந்தாமல் மாலை வரை காத்திருந்து ஏமாற்றம் அடைந்து, கோபத்துடன் பாபாவைப் பார்க்கச் சென்றார். நீங்கள் சத்தியம் செய்தீர்கள். ஆனால் சொன்னதை நிறைவேற்றவில்லை என்று குமுறினார்.

அதற்கு பாபா சொன்னார்; "நான் மூன்று முறை தோன்றினேன். முதலில் பிச்சைக்காரனாக வந்த போது போய்விடு என்று விரட்டினாய். பின் ஒரு மூதாட்டியாக வந்தேன். நீ பார்க்காமல் கண்களை மூடிவிட்டாய். நீ என்ன எதிர்பார்க்கிறாய்?

உன் கண்களுக்குள், மூடிய கண்களுக்குள் நான் நுழைய வேண்டுமா? நான் அங்குதான் நின்றுகொண்டிருந்தேன். என்னைப் பார்த்ததும் நீ கண்களை மூடிக்கொண்டாய். மூன்றாவது முறை ஒரு நாயாக வந்தேன். நீ வாசலில் தடியுடன் நின்றாய்."

தெய்வம் பல வடிவங்களில் வருகிறது. சாய் ராம் இன்றும் வருகிறார். பல வடிவங்களில் காட்சித் தருகிறார்.

*

முமுமையாக இறைவனிடம் சரணாகதி அடைந்த பிறகு நீங்கள் எதற்கும் கவலைப்படத் தேவையில்லை. அவரே உங்களை எல்லா வழிகளிலும் பொறுப்பேற்று நடத்துவார்.

யார் என்னை நினைக்கிறாரோ அவரை நான் நிரந்தரமாக நினைவில் வைக்கிறேன். என்னை யார் அன்புடன் கூவி அழைக்கிறாரோ அவருக்கு நான் தாமதமின்றி உடனே உதவுகிறேன்.

என்னிடம் வருபவர்களுக்கும் என்னைத் தஞ்சம் அடைபவர்களுக்கும், என் உபதேசத்திற்காக என்னிடம் தீவிர நம்பிக்கை உள்ளவர்களுக்கும் நான் எப்பொழுதும் உயிருடன் இருக்கிறேன்

இவ்வுலகை விட்டப் பிறகும் சர்வ சக்தியுடன் நான் என் பக்தர்களைக் காப்பாற்ற வேலை செய்வேன்

- சாய் ராம்

சாய் காவியம்

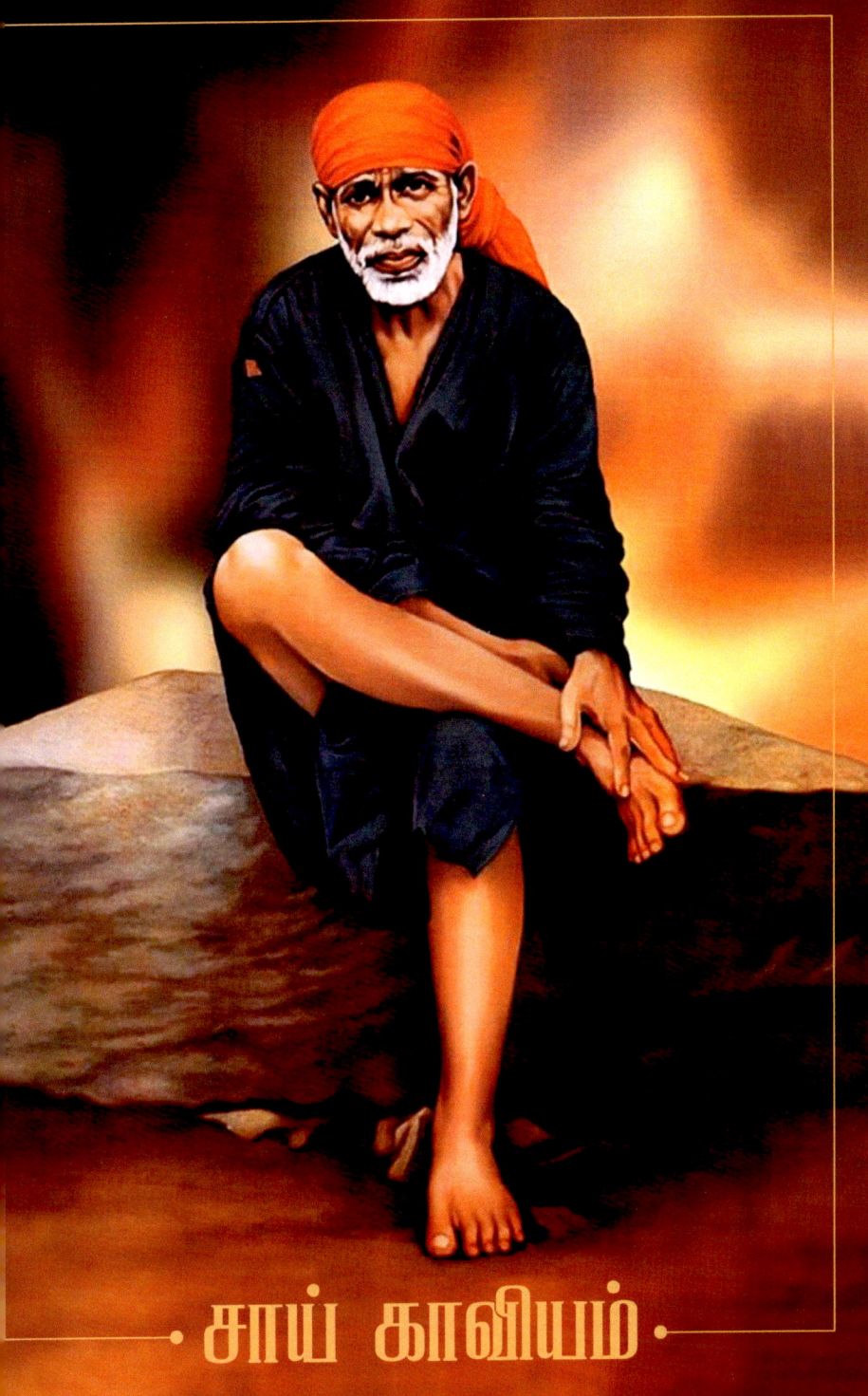

தமிழே போற்றி
தாயே போற்றி
கவிதை என்னும் தேவி போற்றி
சிவமே போற்றி
சிவமாய்த் தோன்றிய
ஷீரடி சாய் போற்றி!

ஆசையின் மிகுதியாலே
எளிமையாய்த் திருக்கதையைப்
பேசும் இப் புத்தகத்தைப்
புதுக்காவியம் என்றாலும்
பூசை மலர் இதுவே
பொன்மலராய் இதையே என்
நேசர் ஸ்ரீ சாய்க்கு
நெஞ்சாரச் சாற்றுகிறேன்

கவித்தாசபாபதி

ஸ்ரீ ஷீரடி சாய் காவியம்

தேவ மின்னல்

மேகங்கள் உரசும்போது
மின்னல் தோன்றும்
எண்ணங்கள் உரசாத
ஏகாந்தப் பொழுதொன்றில்
நிர்மல மனவானில்
பூத்த ஒரு தேவமின்னல்
என்னில் இறங்கி எழுதுகிறதே
ஷீரடி சாய் காவியம்

கோயில்கள் உண்டு - அங்கு
கனிவான பக்தர் உண்டு
பாடல்கள் பலநூறுண்டு
படங்களும் திரையில் உண்டு - சாயி
உன்னத சரிதை சொல்லும்
உரைநடை நூல்களுண்டு
காவியம் இல்லை; அதைக்
கனித்தமிழில் முயல்கின்றேன்

உறங்கும் குழந்தைக்குப்
போர்வையைப் போர்த்துவது போல்
இலக்கியப் புலமை இல்லா
இளங்கவிஞன் எழுத்துக்குள்
இதயச் சுகம் தரும்
இதம் இருக்கலாம்
படிக்கும் வரிகளில்
பதம் இருக்கலாம்... பாருங்கள்

தெய்வங்கள் அவதரித்த
திவ்விய பூமியிது
மகான்களின் உயிர்மூச்சு
கலந்துலாவும் காற்று இது
பூப்பூவாய் மொழிப்பூக்கள்
பூத்திருக்கும் காடு இது
பூகோள உருண்டையின்
பெருமை மிக்க நாடு இது

பெருமை மிக்க நாட்டின்
பொதுவுடைமைத் தத்துவமாய்ப்
பிறந்த பெருமானைப்
பாடுகின்ற ஏடு இது

பெருமானைப் பாடுகின்ற
புண்ணிய ஏடு தன்னில்
ஓரடியும் தவறாமல்
எல்லா அடிகளிலும்
ஷீரடி சாய் பாபா
சிம்மாசனம் கொள்ளட்டும்
வாசிக்கும் விழிகளுக்கு
ஆசிகள் வழங்கட்டும்

கவித்தாசபாபதி

ஸ்ரீ ஷீரடி சாய் காவியம்

காவிய வாசல்

சாதி மதம் கடந்தொளிரும்
சோதிவடி வானவர்
ஆதி அந்தம் இல்லாத
அகன்றநீல வான் அவர்

சேரிவாழ் மக்களோடு
கூத்தாடும் தாண்டவர்
ஊரெங்கும் பிச்சையேந்தி
ஊட்டுகின்ற ஆண்டவர்

சிவமாகிச் சுற்றி வரும்
சித்தர்க்கெலாம் நாயகர்
சீழ்வடியும் தொழுநோயர்
தோல் கழுவும் தூயவர்

எங்கிருந்து வந்தாரோ
என்றறியா மாயவர்
எங்கெங்கும் நிறைந்திருந்து
அன்பு தரும் தாயவர்

கருணைக்கடல் சாயியை
துவாரக மாயியை
திருக்காவியத் தேரேற்றும்
தெய்வீக ஊர்வலம்

புதுக்கவிதை... சந்தங்களின்
பொன்மேடை ஏறிச் சொல்லும்
அதி அற்புதப் பிறவியின்
கதைகேட்கப் போகலாம்
ஓம் ஸ்ரீ சாய்ராம்..!

1

எங்கிருந்தோ வந்தார்

ஷீரடியில் இளம் சித்தர் வருகை

இரவு வந்ததும் விளக்கேற்றியது
பகல் நிலவு!
அந்த இரவில் ஒரு
சூரியனும் வந்தது
    ஷீரடியில் - எழில்
    ஷீரடியில்

ஆறோடும் ஊரில்
அழகு திரண்டிருக்கும்
குளமில்லா ஊரில்
நிலா வறண்டிருக்கும்
பேறு பெற ஊரை - ஒரு
பிள்ளை பெற்றெடுக்கும்
    ஷீரடியைப் பெற்றெடுக்க
    பிள்ளை வந்தார் - தவப்
    பிள்ளை வந்தார்

ஈரெட்டுப் பதினாறு பருவம்
இளம்வீரன் போல் அந்த உருவம்
பருத்தி நூல் நூற்ற உடையில்
பற்றற்றப் பயணத்தின் நடையில்
பித்தனைப் போல் நீண்ட முடியில்
பெருங்கனிவு உருகும் கடை விழியில்
    சித்தர் வந்தார் - இளம்
    சித்தர் வந்தார்

சித்தர் சீரடி ஓரடி வைத்ததும்
சிற்றூர் ஷீரடி சிலிர்த்தது

ஜென்ம உறவொன்று உயிர்ச்செடிமீது
ஜீவ மலராய் மலர்ந்தது

அதை
காலம் விரைவில் உணர்ந்தது!

கவித்தாசபாபதி

ஸ்ரீ ஷீரடி சாய் காவியம்

வேப்பமர நிழலில் சூரியன்

மராட்டிய மொழியின் வட்டார லயத்தை
மழலைச் சொற்களில் இசைத்துக் கொண்டும்
விடுமுறை நாளின் சிறகுகள் கட்டி
வனப்பறவைகள் போல் சிலிர்த்துக்கொண்டும்
சின்னஞ் சிறுவர்கள் விளையாடிக் கொண்டே
சிற்றூரின் எல்லைக்கு வந்தனர்
அதுவரைக் காணா அதீதக் காட்சியை
அங்கே அவர்கள் கண்டனர்

✱

வேப்பமரம் வேப்பமரம்
ஆங்கொரு வேப்பமரம்
போதிமரம் போலே
பொலிந்த வேப்பமரம்

காலக் காலங்களின் கதையில் வாழும்
காவிய வேப்பமரம்
சூரியனுக்கே நிழல் கொடுத்த
சுந்தர வேப்பமரம்

மேகமூட்டத்தில் சூரியன் மறைந்த
மந்தார வானிலையில்
ஆம் அந்த வேப்ப மரத்தின்
அன்புத் தாய்மடியில்
இரவில் வந்த சூரியன்
இரு கால் சம்மணமிட்டு
ஆழ்ந்திருப்பதை குழந்தைகள்
அதிசயமாகப் பார்த்தனர்

ஈரெட்டுப் பதினாறு பருவம்
இளம்வீரன் போல் அந்த உருவம்
பருத்தி நூல் நூற்ற உடையில்
பித்தனைப் போல் நீண்ட முடியில்
யார் இவன் யார் இவன் இப்படி
ஏன் இவன் உட்கார்ந் திருக்கிறான்?

ஆவலும் குழப்பமும் மேலிட
சிறுவர்கள் சூழ்ந்தனர் சித்தரை
சில்மிஷம் செய்து பித்தன் என்றே
சிறுகற்கள் வீசி அடித்தனர்

கற்கள் நெற்றியில் விழுந்தும்
குருதியின் பூக்கள் உதிர்ந்தும்
அசையாமல் இருந்தார் ஆண்டவர்
ஆழ்மனத் தவத்தில் மாயவர்

அந்நாள் அப்படித் தொடரவே
அந்திப் பொழுதும் வந்தது
அச்சம் தழுவிட சிறுவர்கள்
ஊருக்குள் ஓடி உரைத்தனர்

வியப்பின் புருவங்கள் விரியவே
ஊர்மக்கள் எல்லைக்கு விரைந்தனர்

யார் இவன் யார் இவன், இப்படி
ஏன் இவன் உட்கார்ந் திருக்கிறான்
மௌனத் தவசுரம் மீட்டியே
யாரை இங்கே நினைக்கிறான்?

கவித்தாசபாபதி

 ஸ்ரீ ஷீரடி சாய் காவியம்

அதே வினா அதே விடை
அன்பர் முகத்தில் சலனமில்லை
எல்லோர் கூடி அழைத்த போதும்
ஈஸ்வர விழிகள் அசையவில்லை

★

மர்மக் கதையொன்று படிக்கும் போது
மின்சாரம் அணைந்தது போல
மாலை கவிழ்ந்து இருட்டியது

வியப்பில் விரிந்த புருவங்கள்
விரிந்தது விரிந்தபடி
விடைகாணத் தவித்த மனங்கள்
தவித்தது தவித்தபடி...

ஒருபுறம் ஒளிச்சுடர் முகத்தை
வியந்தது வியந்தபடி
மறுபுறம் கலவர நினைவில்
பயந்தது பயந்தபடி

மறுநாள் காலை பார்க்கலாம் என்றே
மயக்கும் மலர்முக தவநிலை மைந்தனை
ஊரின் எழில்வன எல்லையில் விட்டு
மெல்லத் திரும்பினர் ஊர்மக்கள்!

யார் அந்தச் சித்தர்

விடிந்ததும் ஊரின் காதுகளில்
விழுந்ததெலாம் ஒரே மொழி - அந்த
வனம் சார் மண்ணின் நாவுகளில்
ஒலித்ததெலாம் ஒரே குரல்

யாரந்த இளைஞன்? - அருள்
முகம் கொண்ட மோகனன்?
தீரமாய் தவத்தில் - பெருந்
தீவிர மானவன்?

✶

நாட்கள் நகர்ந்தன நத்தையாய்
நாயகன் நகரவில்லை - ஊர்
ஆட்கள் தினம்தினம் எல்லையை
அண்டத் தவறவில்லை

பாலும் பழமும் உணவும்
படைத்தனர் புசிக்கவில்லை
காலம் மூன்றும் காணும் - அந்தக்
கண்கள் திறக்கவில்லை

ஊரெது தெரியவில்லை
ஒளிச்சுடர் திவ்வியனின்
பேரெது அறியவில்லை
பேசியும் பகரவில்லை

மழையிலும் வெயிலிலும்
உணவின்றி அசைவின்றி
மோனத்தில் ஆழ்பவன்
யாரவன்? யாரவன்?

கவித்தாசபாபதி

யாரந்த இளைஞன்? - இளம்
வாலிபத் சித்தன்?

✷

கீச்சொலிகள் அல்ல
கேட்பவை; பறவைகளின்
பேச்சொலிகள்; தமக்குள்
பேர்சொல்லி அழைக்கும்

பின் நாளில்,
மகல்ஷா எனும்
கோயில் குருக்கள்
சத்திய வடிவான
சச்சிதானந்தனை,

'சாயி' என்று பரவசமாய்ப்
பெயரிட்டு அழைத்தார்

ஆதலினால் ஊர்மக்கள்
ஷீரடியில் திருமகனை
சாயி சாயி என்ற
செல்லப் பெயரை,

பறவைகளின் பேச்சொலி போல்
சொல்லிச் சொல்லி அழைத்தனர்
அவரை தம் நெஞ்சுக்குள்
அள்ளியள்ளி நிரைத்தனர்

சாயி என்றால் சாது
சாந்த சொரூபம்
சாயி இந்த தேவ மண்
ஈந்த அபூர்வம்

ராமோஜியின் கரிசனம்

பச்சைப் பசேலென வயல்களும்
பார்க்கும் திசை எட்டும் வனங்களும்
அம்மா அம்மா எனும் பசுக்களும்
செம்மாந்து பறக்கும் பறவைகளும்

நெற்றித் திலகமிட்டுத் தலையைச்
சுற்றிப் பாகை கட்டும் மாந்தரும்
வாரி வகிடெடுத்துப் பொட்டிடும்
வசந்த கவிதைகளாய்ப் பெண்டிரும்

நாட்டுப்புற இசையெழுதும் காற்றும்
வட்டார மொழியெழுதும் முகங்களும்
குலதெய்வம் வீற்றிருக்கும் கோயிலும்
குறி சொல்லும் பூசாரிச் சாமியும்

எல்லாம் அல்லாஎன் றோதிடும்
இஸ்லாம் தழுவிய மனங்களும் - என
ரத்தச் சொந்தமாய் ஊரையே
ராமோஜி பெரியவர் நினைக்கிறார்

ஊரின் இதயக் குயிலையே
உள்ளத்தில் வைத்து இசைப்பவர் - தன்
வேரை தாய்மண்ணில் ஊன்றியே
உறவு மலர்களை வளர்ப்பவர்

கவித்தாசபாபதி

ஸ்ரீ ஷீரடி சாய் காவியம்

ஓரினம் ஒரு குடும்ப மென்றே
உன்னதக் கொள்கை ஏற்றவர்
வேறேதும் கற்றிட வில்லை - நல்ல
வாழ்க்கையை ஆழ்ந்து கற்றவர்

தேன்குடம் சிந்துவது போலே
தித்திப்பாகப் பேசுவார்
வான்போல் மனத்தவர் திண்ணையில் - அன்று
வார்த்தையின்றி ஆழ்ந்திருந்தார்

ராமோ ஜியின் நாதமாம்
ரம்மிய மனைவி நல் தாயவள்
ஏனோஎதுவோ என்றஞ்சியே
எழுமுறை அழைத்த பின் வாய்மொழிந்தார்

★

"வானம் கதவு திறப்பது போல்
வாசல் திறக்குதம்மா - ஒரு
கானம்பாடி சொர்க்கத்தின் பாடலை
கீதம் இசைக்குதம்மா

மோனத் தவக்கடல் மூழ்கி யிருப்பவன்
முத்து எடுப்பவனை - நம்மூர்க்
கானக எல்லையில் கண்டதும் என்மனம்
களவு போனதம்மா

தேவ அம்சங்கள் கொண்ட திருவுடல்
திவ்விய தரிசனமே - எழிற்
பூவினும் மெல்லிய காதல் முகம் அதைப்
பார்க்கப் பார்க்கப் புதுச் சுகமே

உணவும் உறக்கமும் பிடிக்கவில்லை
உள்ளம் சரியில்லை - அவன்
உண்டானில்லை துயில் கொண்டானில்லை
ஒரு பதில் கிடைக்கவில்லை

யார் பெற்ற அருந்தவப் பிள்ளையோ
யாரும் இவர்க்கில்லையோ - நம்
ஊர் பெற்ற பெரும்பே றல்லவோ
உண்மை இதுவல்லவோ?

✷

கண்களே அறியாமல் - வடிந்த
கண்ணீர்க் கோடுகளை
கைகளே அறியாமல் - துடைத்தார்
கலங்கிய ராமோஜி

பெண்ணவள் பேசலுற்றாள் - தாய்ப்
பாச உணர்வோடு;
'கண்ணனை அழைத்து வந்து - நாம்
காத்து வளர்ப்போமா?'

என்றவள் கேட்டதுமே - 'அது
இயலாத காரியமே
நன்றிது நானிதையே - உள்ளில்
நினைத்திருந்தேன்' என்றார்

'இன்றொரு முறை சென்று - ஊர்
எல்லையில் முயற்சிப்போம்'
அன்றையப் பிற்பகலில் - இருவரும்
அன்பரைக் காணச் சென்றார்

ஸ்ரீ ஷீரடி சாய் காவியம்

ராமோஜியின் மனைவியும் ஒரு கோடிப் பூக்களும்

கவிதையை முதன்முதலில்
காகிதம்தான் படிக்கும்

கண்களின் துயரங்களை
கண்ணீரே வடிக்கும்

காலத்தின் சிறகுகளாய்
இரவு பகல் விரியும்

கருணையின் கருக் குரலோ
தாய்மைக்கே புரியும்

தாயவள் நடக்கின்றாள்
தவிப்பின் துடிப்போடு

மாயவனை மகனாய்
அழைக்கும் அணைப்போடு

தூய உள்ளத்தின்
தெய்வ உணர்வோடு

வாயமு தூட்டியே
வளர்க்கும் கனவோடு!

★

கருணையின் தண்ணழகை,
குவிஇமைக் கதவு சாத்திய
திருமகன் கண்ணழகை,
தவநிழல் தழுவும் வேப்ப
மரநிழல் மண்ணழகை,
மனைமகள் கண்ட நொடியில்,

ஒரு கோடிப் பூக்கள் அவளின்
உள்ளத்தில் பூத்ததம்மா

ஆயிரம் வீணைகள் மீட்டும்
ஆனந்தப் பரவசத்தில்
தாயவள் அழைத்தாள்; கண்கள்
திறக்கவே இல்லை: தின்ன
வாயமு திட்டாள் அந்த
வாழையைத் தொடவே இல்லை

கோயிலாய் மரம்தான் தோன்ற
குருபிரம்ம தரிசனம் தந்த
சாயியின் குரல் கேளாமல்
ஏழையாய்த் தவித்து நின்றாள்

'ஓயாது சுற்றும் காலம்
ஒருநாள் சொல்லும் இந்த
ஆயனின் கதையை' என்றே
ராமோஜி அவளைத் தேற்ற,
போய்வர மனமே இன்றி
போனார்கள் இல்லம் நோக்கி!

கவித்தாசபாபதி

காண்டோபா மகாராஜாவின் தரிசனம்

ஆயிரம் நிலவுகளில்
காட்டுமலைச் சாரல் நிலா
கோடி தெய்வங்களில்
குலதெய்வம்

ஆடம்பரம் கேட்காது
ஆபரணம் கேட்காது
அலங்கார ஊர்வலங்கள்
அது ஒன்றும் கேட்காது
ஆசையாய்க் கேட்பதெல்லாம்
அன்பு மலரொன்றே

வேதம் கேட்காது
மந்திரங்கள் கேட்காது
காசு உண்டியல்கள்
கொட்டும் இசை கேட்காது
கேட்டு மயங்குவது
கிராமியப் பண்ணிசையே

அபிஷேகம் கேட்காது
அர்த்தங்கள் கேட்காது
உபன்யாசம் கேட்காது
ஓதும் புகழ் கேட்காது
காதுக்கு இனிப்பதெல்லாம்
குலச்சாமி எனும் குரலே

பறையொலி கேட்கும்
பழங்கால நடம் கேட்கும்
உறவுகள் கேட்கும்
இயற்கை வளம் கேட்கும்
ஆயிரம் காலங்களின் சாமி
ஆதிக் கடவுள் குலச்சாமி

பொங்கிய படையல் கேட்கும்
பறவைகளின் சிரிப்பு கேட்கும்
நேர்த்திக் கடன் கேட்கும்
நிகரில்லா வட்டி தரும்
காலக் காலங்களின் சாமி
கண்ணுக்குக் கண்ணான குலச்சாமி!

★

ஷீரடியை, ஷீரடியைச்
சுற்றிய பல ஊர்களை
மண்வாசம் மீது
மனவாசம் கொண்டு
கண்பார்த்துக் காண்பார்த்து
கனிவாக கருத்தாகக்
காத்து வரும் குலச்சாமி
காண்டோபா மகாராஜா

கவித்தாசபாபதி

ஸ்ரீ ஷீரடி சாய் காவியம்

காண்டோபா மகாராஜா
குடியிருக்கும் கோயிலுக்கு
காலங்களை அர்ப்பணித்த,
குறி சொல்லும் பூசாரி

சின்னஞ் சிறுவயதில்
சிறைபடுத்திக் கொண்டவர்
தன்னைத் தானே அங்கு
முறைபடுத்திக் கண்டவர்
நியாயங்கள் தவறும்போது
நெறிப்படுத்திச் சொல்பவர்

★

வண்ணச் சிறகுகட்கு
வானம் ஒரு வீதிதான்
பறவைகளின் திருவிழா
பச்சை வனத்தில்தானே?

உள்ளங்கள் அசைபோடும்
பசுமை நினைவுகளே
கண்கள் ஏங்குவதும்
பச்சை நிறம்தானே
மண்ணுயிர், மனிதர்க்கெல்லாம்
பச்சை வயல்தானே?

பசும் வயல் திருவிழா
பொருட்டு பேசிடவே
ஊரார் சிலர் வந்தனர்
உத்தமப் பூசாரியிடம்
அவர்களில் ஒருவராய்
ராமோஜி உரைத்தார்...

'காலை வணக்கம் ஐயா!
குலதெய்வம் காண்டோபா
மகாராஜாவின் கனிவான
அருளாலே இவ்வாண்டு
மகசூல் அதிகம்; முகமெல்லாம்
மகிழ்ச்சி அதிகம்' என்று

திருவிழா பேச்சு
நடந்தது... முடிந்ததும்
தொய்வான குரலில்
தொடர்ந்தார் பின்னர்...

'குருவே ஊர் எல்லையில்
குழந்தையை எண்ணி
உருகுது நெஞ்சம்

உணவின்றி உறக்கமின்றி
ஏனிந்த நீள்தவம்
கலங்குது கொஞ்சம்

என்று நா தழுதழுக்க
'ஞானக்கண் திறந்து
நவில்க' என்றார்

நெற்றிக் குவியத்தில்
நினைவுகளைக் குவித்து
நாடினார் பூசாரி

நிலம் காக்கும் குலச்சாமி
உடலில் வந்திறங்க
ஆடினார் பூசாரி

கவித்தாசபாபதி

ஸ்ரீ ஷீரடி சாய் காவியம்

'காண்டோபா மகாராஜாவுக்கு ஜே
காண்டோபா மகாராஜாவுக்கு ஜே'

வெள்ளந்தி மக்கள்
உள்ளத்தால் வாழ்த்த
ஞானக்கண் திறந்து
குறி சொன்னார் பூசாரி

'பரம்பொருள் திருவருள் கொண்டவன்
பிறவிகள் தாண்டி வந்தவன்
அரும்பெரும் அதிசயம் செய்பவன்
அழகிய மனங்களை ஆள்பவன்

ஏதோ ஒரு பந்தம் அவனை நம்
ஊரிலே இயற்கை சேர்த்ததே
யாதோ தவம் நாம் செய்தனை
இது பெரும் திருத்தலம் ஆகுமே

ஆஹா ஆஹா ஆஹா' என
ஆனந்தச் சொற்களைத் தூவியே
தாயாய்ப் பிறந்த குருக்களும்
தவமகனைப் பார்க்க தன்னையே,

ஊரெல்லைக் கழைத்துச் செல் என
உத்தரவுப் போட.... சென்றனர்

வேப்ப இலைகள் இனித்தன

பொங்கும் ஆர்வத்தின்
புனலாக வந்தவர்கள்
அங்கவனைக் காணாமல்
அப்படியே திகைத்தார்கள்

எங்கு சென்றிருப்பான்
இளஞ்சித்தன்? என்றேதான்
அங்கும் இங்கும் பார்த்து
அகப்படாமல் நின்றார்கள்

நீல இரவுகளில்
நீங்காமல் உறங்காமல்
கோல தவமிருந்த
குழந்தை போனதெங்கே?

பனி தூவும் புலர்காலை
மலர்போல குளிர்ந்த முகம்
வெயில் தந்த வெக்கையிலும்
வாடாமல் இருந்ததென்ன!

படையல் சோறிட்டும்
பாசக் குரல் கொடுத்தும்
விடையாக மௌனத்தை
விரும்பி வளர்த்தானே

மௌனத்தின் சுரங்களை
மனங்களில் பதித்துவிட்டு
மோன தவக்குழந்தை
மெய்யாலும் போனானா?

கவித்தாசபாபதி

கானகம் சுற்றி மனம்
களித்து வரப் போனானா
வானம் இருட்டியதும்
வந்திங்கு சேர்வானா?

ஏன் இங்கு வந்தானோ
எனும் கேள்வி ஊன்றிவிட்டு
தான்வந்த திசைமீதே
திரும்பிச் சென்றானா?

கேள்விகளே அவர்களைக்
கேட்டுக்கொண்டிருக்க
நீள்பார்வைக் குறிச்சொல்லியின்
கண்ணில் ஒன்று பட்டது...

உட்கார்ந்து இளஞ்சித்தன்
தவமிருந்த இடத்தையே
வட்டமிட்டன வேப்பமரம்
உதிர்த்த சில இலைகள்

சுற்றும் அவ்விலைகளை
சாமி எடுக்கச் சொன்னார்
சுற்றி இருந்தவர்களை
சற்றே சுவைக்கச் சொன்னார்

ஆஹா என்ன அதிசயம்
வேப்ப இலைகள் இனித்தன
ஏறிப் பறித்துச் சுவைத்தனர்
எல்லா இலைகளும் இனித்தன

வேப்ப இலைகள்
இனித்ததெப்படி?

தவ ராகத்தின் சுக அதிர்வுகள்
தொட்டதால் மரம் சிலிர்த்திருக்கும்
சிவமே எனும் சித்தனின் மூச்சு
பட்டதால் அது சுவைத்திருக்கும்

இனிப்பு மருந்து தருவது போல
இனி அவர்தரும் வாய்மொழிகள்
இனிதெனக் காட்டும் குறியீடாய்
இனிப்பை எழுதிக் குறித்திருக்கும்

இனம் நிறம் மதப் பேதமையில்
இறைவனைப் பிரித்த கலவர பூமியில்
தனிவழி காட்டி தெளிவுகள் ஊட்டும்
தவச்சுடர் என மரம் உணர்ந்திருக்கும்

இயற்கை தன் தாய் மடியில் சேர்ந்தது
இறைமகன் என்று நினைத்திருக்கும்
இறைமகன் வீற்ற இன்ப மயக்கத்தில்
இலை முதல் வேர்வரை இனித்திருக்கும்

கவித்தாசபாபதி

ஜீவ மலர்

குழுமி இருந்தவர்கள்
களித்து நிற்க
குறிசொல்லும் பூசாரி
கருத்தில் ஆழ்ந்தார்

கண்கள் இரண்டையும்
குவித்து மூடி
வண்ண நதியொன்றின்
சுழலில் வீழ்ந்தார்

உறவுகள் பூத்த
உயிர்மரங்கள் தழுவும்
பிறவி நீரோட்டத்தின்
பெரு நதி அது!

நான்கைந்து மணித்துளிகள்
மூழ்கிய பின்னர்
தான்கண்ட ஞானத்தில்
கண் திறந்து சொன்னார்

இளம்சித்தர் அமர்ந்து
தவம்நோற்ற இருக்கையின்
வலம் நின்று 'இங்கே
தோண்டுங்கள்' என்றார்

நொடிகளில் ஊருக்குள்
ஓடிய ஒரு சிலர்
நிமிடங்களில் வந்தனர்
கடப்பாரை, வெட்டியுடன்

செழுமை நிலத்தை
கடப்பாரை கிழிக்க
பழங்காலச் சுவரொன்று
உயிர்ப்புடன் தெரிந்தது

புதையல் கிடைத்தால்
பொருள்தான், அங்கே
பேரானந்தம் அன்றோ
பூத்து ஒளிர்ந்தது?

மலர்ந்து சுடரும்
மண் விளக்குகளை - ஆதி
மண்ணுக்குள் கண்டதும்
மலைத்தனர் மக்கள்

தீபங்கள் தீபங்கள்
திவ்விய தீபங்கள்
தெய்வங்களின் கண்களாய்
தீ மலர் தீபங்கள்

★

வன நீலியின் நிசப்த இசையில்
சிறு பறவைகளின் உயிர் குரல்களில்
மனம் லயித்திட மெய் மறந்திட
வெகு தூரம் நடை நடந்து பின்

புனிதன் ஒரு கரும்பாறையில்
தியானத்தில் அமர்ந்திருக்க,

தனி தவிப்புடன் ஒரு கணம் அவர்
இரு விழிகளை விரித்தார் - ஞானத்
திருவிழிகளை விரித்தார் - தன்
குரு ஒளிமுகம் நினைத்தார்

கவித்தாசபாபதி

ஸ்ரீ ஷீரடி சாய் காவியம்

அம்மக்கள் ஊர் எல்லையில்
மண் வெட்டிய முதல் ஒலியே
சம்மட்டி அடிபோல் விழுந்தது
சித்தர் அவர் பூமனதில்

சரிந்து விழும் தாயைக் கண்டு
பதைத்தோடும் குழந்தையைப் போல்
விரைந்தோடி வந்தார் - வந்த
வனப்பாதையில் துயர் ஓலம்

காடோடி வந்தவர்
கிராமத்தைத் தொட்டதும்
ஓடோடி அவர்களிடம்
ஒரு வேண்டுதல் வைத்தார்

'இங்கே தோண்டாதீர்கள்
இங்கே தோண்டாதீர்கள்
இங்குள்ளே இருக்கிறது
என்னுடைய குரு ஸ்தானம்

இரு கரம் கூப்புகிறேன்
அப்படியே மூடுங்கள்
இதுதான் இதுதான்
என்னுடைய புனர்ஜென்மம்'

மலைத்து நின்றனர் மக்கள்
முதல் குரல் கேட்டு
மகிழ்ச்சிப் பொங்கினர் சாயியின்
முத்துக்குரல் கேட்டு

'சிறுவன் பேசுகிறான்
சித்தன் பேசுகிறான்
பெருந்தவம் பூண்டவன்
மௌனம் பேசுகிறது

பூரிப்பில் இருந்த மக்களை
ராமோஜி நிலைப் படுத்தி - கடப்
பாறை கிழித்த அந்நிலத்தை
அப்படியே மூடச் சொல்ல,

சித்தரின் பூர்வ மண்
சித்தமுடன் மூடப்பட
'மெத்த நன்றி, யார்க்கும்
இறைவன் ஒருவன்' என்றார்

குறிச்சொல்லியின் அகம் உணர்ந்ததை
காலம் அன்று உணர்ந்தது
ஜென்ம உறவொன்று உயிர்செடி மீது
ஜீவ மலராய் மலர்ந்தது

கவித்தாசபாபதி

 ஸ்ரீ ஷீரடி சாய் காவியம்

மௌனக்குயில் பறந்து போனது

அரிதாய் ஒரு முறை
பேசிய புண்ணியன்
திருவாய் பிறகு
திறந்ததே இல்லை

ஓடையில் துள்ளும்
வனமீன் போல
காடுகளில் அவர்
கவி மனம் களிக்க,

புள்ளினக் கீச் கீச்
பேச்சுக் குரலின்
கொள்ளை மொழியுடன்
கொஞ்சித் திரிய,

அருவியின் சாரல்
மலர்கள் தூவும்
கரும் பாறை மேல்
அருந்தவம் புரிய

அன்றாடம் ஊரின்
எல்லைக்கு வந்து
நின்றாடும் வேப்ப
மரத்தடி தங்க

காலம் வடிந்தது
கருணையைப் போல
சீலர் நடந்தார்
சிவ நிழல் போல

திவ்வியன் திருமுகம்
தரிசனம் பெறவே
பவ்வியமாய் வந்தனர்
பக்தர்கள் வனப்புறம்

மென் மாலை சூட்டி
அன்னம் படைத்தனர்
பொன்மகன் பேசாமல்
புன்சிரிப் பளித்தார்

✷

மூன்று ஆண்டுகள்
முதிர்ந்து மறைந்தன
ஒவ்வொரு நாளும்
உவந்து உதிர்ந்தன

இரவில் முன்னர்
வந்த சூரியன் - ஒரு
காலைப் பொழுதில்
காணாமல் போனது

காடு மேடெல்லாம்
தேடித் பார்த்தனர்
காணக் கிடைக்கவில்லை
கருணை முகத்தோன்

வீடெல்லாம் நம்
வல்லபன் பேச்சே
வந்து சேரவில்லை
வாலிபச் சித்தர்

எங்கே போனார்
எங்கே போனார்
அங்கே அன்பின்
அகல்விளக் கேற்றி?

மங்கா நினைவுகள்
மனங்களில் மலர்த்தி
எங்கே போனார்
ஈஸ்வர மூர்த்தி?

காலம் தன் அரூபக் கையில்
ஜீவ மலரை எங்கோ
எடுத்துச் சென்றது
அதன் தேவ மணம் மட்டும்
அவ்வூரின் காற்றிலேயே
தவழ்ந்து நின்றது

அந்தக் கருணைக்குயில் தன்
மெளனப் பாடல்களை
அங்கேயே விட்டுவிட்டு
எங்கோ பறந்தது

வனரஞ்சன்

(பன்னிரண்டு திங்களுக்குப் பிறகு)

இதோ இங்கே நிற்கிறேன்

பறக்கும் ஓவியங்களாய்
வெண்கொக்குகள் வந்திறங்கி
விளம்பரம் செய்யும்
தன்னந்தனி நீர்நிலை

காட்டுவெளி நிலமெல்லாம்
கழுவி வந்த மழைநீரை
கற்பாறையின் உள்ளிருக்கும்
கருணை கசிந்த நீரை
மௌனத்தின் மடியில் வைத்து
தாலாட்டும் நீர்நிலை

மண்ணருந்த - வனத்தின்
கண்ணருந்த
மீனருந்த - தாக
மானருந்த
தன்னைத் தானே சேர்த்திருக்கும்
தாய்மை நீர்நிலை

அந்தத் தடாகத்தைச்
சுற்றி விரிந்து
ஆண்டாண்டு காலங்கள் வாழ்ந்திருக்கும்
ஆல மரங்களும்
அடர் மரங்களும் செழித்த
அவ்வனத்தின் பாதையொன்றில்

'பிஜிலீ பிஜிலீ' என்று
பெருங்குரல் கொடுத்து
இஸ்லாமியத் தோழர் ஒருவர்
எதையோ தேடி
அலைந்துகொண்டிருந்தார்

கவித்தாசபாபதி

ஸ்ரீ ஷீரடி சாய் காவியம்

அவர் முகத்தில்
தன்னையே தொலைத்துவிட்ட
தவிப்பு

அவர் நடையில்
பசி மறந்த பல நாட்களின்
களைப்பு

அவர் இதயத்தில்
உயிரை உயிர் தேடும்
துடிப்பு

'பிஜிலீ பிஜிலீ
பிஜிலீ பிஜிலீ'...
பெருங்குரல் கொடுத்து
தேடுகிறார் தேடுகிறார்

அப்போது...
தாய்மையில் ஊறிய
கம்பீர ஆண்குரல் ஒன்று
'சாந்த் பாய்' என்றழைக்க,

வியப்பில் நின்ற அவர்
அக்குரலின் உருவம் காணாமல்
திகைத்தார்... சுற்று முற்றும்
தேடினார்

'இதோ இங்கே நிற்கிறேன்' என்ற
அன்புக் குரல் நோக்கித் திரும்பவே
அதோ ஆங்கோர் ஆலமரத்தின்
அடித்தண்டில் சாய்ந்தபடி
அதி அற்புத தேவ மகன்
அரும்பும் முறுவல் காட்டி நின்றிருந்தார்

உன்னை அறிவேன்
உன் தேடலையும் நானறிவேன்

அன்பு வைத்து சென்றமலர்
ஜென்ம பந்த ஜீவமலர்
பன்னிரண்டு திங்களாய்
   எங்கே எங்கே - இதோ
கண்ணிரண்டில் ஆடுகிறார்
   இங்கே இங்கே

வளர் இளம் பருவத்தின்
வசந்தத்தை உதிர்த்துவிட்டு
கடுந்தவம் புரிந்தவர்
   எங்கே எங்கே - அந்த
வேப்பமரச் சூரியன்
   இங்கே இங்கே

பைத்தியம் என்றனர்
பெருஞ்ஜோதி என்றனர்
பேசாமல் போனவர்
   எங்கே எங்கே? - பொன்மலர
பேசுகிறார் முதன்முதலாய்
   இங்கே இங்கே

பனிமலை சென்றாரோ
பரமனிடம் சென்றாரோ
புரியாத புதிர் அவர்
   எங்கே எங்கே? - எந்தப்
புதிரையும் அவிழ்ப்பவர்
   இங்கே இங்கே

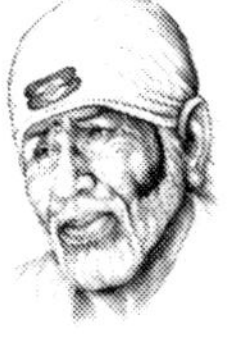

கவித்தாசபாபதி

ஸ்ரீ ஷீரடி சாய் காவியம்

சொல்லுக்குள் இருக்கின்ற
சிவத்தின் குரலை
சொல்லாமல் போனவர்
 எங்கே எங்கே? - அதைச்
சொல்லிச் சொல்லி வருகிறார்
 இங்கே இங்கே

வீரன் போல் உடை
பித்தன் போல் நீள்முடி
வாலிபச் சித்தர் அவர்
 எங்கே எங்கே - உடை
வேறுவகை பூண்டு வந்தார்
 இங்கே இங்கே

கழுத்து முதல் முழங்கால் வரை
ஒற்றை மேலங்கியும்
மழித்த தலையை மூடிக்
கட்டிய துணியும்
கண்களில் காந்தமும்
கையில் சிறு கோலும்
தோளில் காலியாய்த்
தொங்கும் துணிப்பையும்

கொண்டிருக்கும் சாது
 இங்கே இங்கே
காட்டுவழிப் பாதையில் பார்
 கண்ணே கண்ணே
கொஞ்சிக் கொஞ்சிப் பேசுகிறார்
 நெஞ்சே நெஞ்சே!

ஆலமரத்தின்
அடித்தண்டில் சாய்ந்தபடி
‘இதோ இங்கே நிற்கிறேன்’ என்ற
அன்புக் குரல் நோக்கித் திரும்பியவரை
‘சாந்த் பாய்’ என்றழைத்தார்
ஜீவமலர்

‘அட, என் பேர் எப்படி
அறிவீர் நீங்கள்’
ஆச்சரியத்தில் கேட்டார்
இஸ்லாமியத் தோழர்

‘ம் ம் ம் ம் ம் ம்’
உதடுகள் விரியாமல்
கன்னக்குழி காட்டியவர்
‘உன் பெயரும் அறிவேன்
நீ தேடுவதும் நானறிவேன்’
என்று திருவாய் மலர்ந்தார்

‘பிரியமான பிஜிலி, உன்
உயிரான குதிரை
வழிமாறித் தொலைந்ததைத்
தேடித்தானே?’

பெருமகன் உள்ளதைச் சொன்னதும்
சிலிர்த்துப் போனார் சிநேகிதர்
அருகில் ஒரு கல்லிருக்கையில்
அமர்ந்து சிரித்தார் நம் இளந்துறவி!

ஸ்ரீ ஷீரடி சாய் காவியம்

குரலுக்கு ஓடிவந்த குதிரை

'ஆஹா என்ன ஆச்சரியம்
ஐயா நீங்கள் யார்
ஓயாது அலையும் என்னையே
உணர்ந்தது எப்படியோ?

மாயா ஜாலம் செய்திடும்
மந்திர வாதியோ?
காயாத இக் காட்டில் என்
குதிரை கிடைத்திடுமா?

எங்கே சொல்லுங்கள் பார்க்கலாம்'
என்றவர் சோதிக்கவே
'அங்கே அந்தத் தடாகத்தின்
அருகே மேய்கிறது

அழைத்தால் வந்திடும் உன்னுடைய
ஆசைக் குதிரை' என
சிரித்தார் சித்தர், சாந்த் பாயோ
சலித்துப் போய் உரைத்தார்

'இத்தனை நேரம் அப்பக்கம்
அலைந்தலைந்து தேடியே
கத்திக் கத்திக் கூப்பிட்டேன்
குதிரை அங்கு காணலையே'

'கத்திக் கூப்பிட்டால்
கிடைக்காது எதுவுமே
சுத்தனமான அன்பின்
சுருதியில் அழைத்தால்

கிடைக்காமல் எதுவுமே
போகாது நண்பரே
அழைக்கவா நான்?' என்று
அதரங்களை இசைத்தார்

பிஜிலீ என்று நம்
பெருமகனார் அன்பாய்
அழைத்த குரலில்
ஆனந்த ராகம்

காடு மேய்ந்து மாலை வந்த
கறவைப் பசுவைக்
கண்டவுடன் துள்ளும் கன்றாய்
குதிரை ஓடி வந்தது

கானகத்துப் பாதையிலே
களைந்து அது வந்தபோது
சாந்த் பாயின் உடலெங்கும்
பட்டாம்பூச்சிகள் பறந்தன

கவித்தாசபாபதி

ஸ்ரீ ஷீரடி சாய் காவியம்

நீரும் நெருப்பும்

கையிலிருந்த சுருட்டுக் குழலை
கல்லருகே வைத்துவிட்டு
கும்பிட்ட சாந்த் பாய்க்கு
கோமகனார் சொன்னார்;

'என்ன சாந்த் பாய் உன்
எழில் புரவி கிடைத்ததே
இன்னும் ஏன் கவலை
இழுத்துவிடு சுருட்டை
நன்று தாகம் தீர்
நட உன் பாதையிலே'

'சுருட்டு பற்ற என்னிடம்
தீக்குச்சி தீர்ந்தது
தாகம் தீர தூர
தடாகம் போகவேண்டும்'

அசட்டுச் சிரிப்பில்
அவர் தலை சொறியவே
அனலும் அரும் நீரும்
இவ்விடமே கிடைக்கும்'
என்ற சாதுவை சாந்த்
'எப்படி?' எனக் கேட்டார்

'கடவுளைக் கேட்டால்
தருவார்' என்றே தன்
கைக்கோலை இரு முறை
கல் மீது தட்டினார்

பீறிட்டு வந்ததங்கே
சில்லென சிறு சுனை
ஏறிட்டுப் பூத்தது
எழில்நெருப்பு மலர்

நெஞ்சம் பூரித்த சாந்த்
'நீங்கள் மனிதர் அல்ல
பஞ்சபூதங்களைக் கையாளும்
பெரும் புருஷர்' என்றார்
சிலிர்த்தார் வியந்தார் 'இது
சாத்தியம் எப்படி?' என்றார்

'புகழாதே சாந்த், நான்
பரம்பொருள் அல்ல
அகத்தில் நிறைந்த
அல்லாவின் சேவகன்

சத்தியம் இருந்தால்
சாத்தியப் படும்
நித்திய மானவர்
நினைவை மலர்த்துவார்

கடவுள் தந்தார்' என்று
கருணா மூர்த்தி சொல்லவே
'கேட்டால் கொடுப்பாரா
கடவுள்?' என வினவினார்

'கேட்பவர்களுக்கு கடவுள்
கேட்டதைக் கொடுப்பார்
கேட்காதவர்களுக்கு
எல்லாம் கொடுப்பார்

நம்பிக்கையோடு தான்
நாடி துடிக்கிறது
நம்பிக்கையோடு தான்
நாள் பிறக்கிறது

கவித்தாசபாபதி

ஸ்ரீ ஷீரடி சாய் காவியம்

நம்பிக்கையோடு நீ தேடிய
குதிரை கிடைத்தது உனக்கு
நம்பிக்கையோடு நான் தேடிய
கடவுள் கிடைத்தார் எனக்கு'

அருள் ஜோதி அளித்த சொல்லில்
ஆத்ம தரிசனம் அடைந்த சாந்த்
சரணடைந்தார், சாய் ராமோ
சரிசமமாய் நட்பு கொண்டார்

'ஃபகிர் ஃபகிர்' என்று சாந்த் பாய்
பிரியமாய் அழைத்தார்; அவர்
பெயரை இன்னும் அறியாமல்
பகர்வீர் என்று விளித்தார்

'இதுவரை யாரும் என்னைப்
பெயர் கொண்டு அழைத்ததில்லை
எனக்கொரு பெயருமில்லை'
எனச் சொல்லிச் சிரித்தார் சித்தர்

'இல்லம் ஒருநாள் வந்தென்
விருந்தோம்பல் ஏற்கவேண்டும்'
மெல்லிய உணர்வின் ராகம்
மனதிலே மீட்டி அழைத்தார்

'நல்லது ஆகட்டும் சாந்த்
நிச்சயம் வருவேன்' என்றார்
வல்லபன் ஆசியோடு
விடைபெற்றுச் சென்றார் நண்பர்.

காட்டுச் சாலையில் களைகட்டும் பயணம்

காடு தனித்தில்லை
அவரோடு இருந்தது
அவரும் தனித்தில்லை
காட்டோடு இருந்தார்

ஒரு சில மாதங்கள்
ஓடின வனத்தில்
திருமகனை மீண்டும்
தேடிவந்தார் சாந்த்

சாந்த்தின் முகத்தில்
சந்தோஷக் களையை
காந்த விழியார்
கண்டு கொண்டார்

'அள்ளக் குறையாத
ஆனந்தம் தெரிகிறது
பிள்ளைத் திருமண
வைபோகம் தானே

அழைக்க வந்தாயே
அன்பரே சாந்த், எனை
நினைத்து வந்தாயே
நன்றி' என நகைத்தார்

'ஞான குருவுக்கு
நான் சொல்லித் தெரிவதா
கானகத்தின் ரஞ்சனே,
கண்ணான என் மகன்...

கவித்தாசபாபதி

ஸ்ரீ ஷீரடி சாய் காவியம்

திருமண வைபோகம்
தேதிக்குறித் தாயிற்று
மணமகள் ஷீரடி
மண்மகள்; மாலைகள்

மாற்றுவதும் அவ்விடம்
மூன்று நாட்களில்!
போற்றி அருளவேண்டும்
போய் வருவோம் வாருங்கள்'

மரியாதை மிகுந்து
அழைத்தார், இனம்
புரியாத பூரிப்பில்
திளைத்தார் தோழர்

'அங்கு வருகிறேன்
ஒருவேளை நானங்கே
தங்கிவிடக் கூடும்
தயக்கம் இல்லையே'

சூட்சும மாகச்
சொன்ன சாமியை
ஆட்சேபனை இன்றி
அழைத்துச் சென்றார்

மாட்டு வண்டிகள்
மணிச்சத்தம் எழுப்ப
காட்டுச் சாலையில்
களைகட்டும் பயணம்!

3

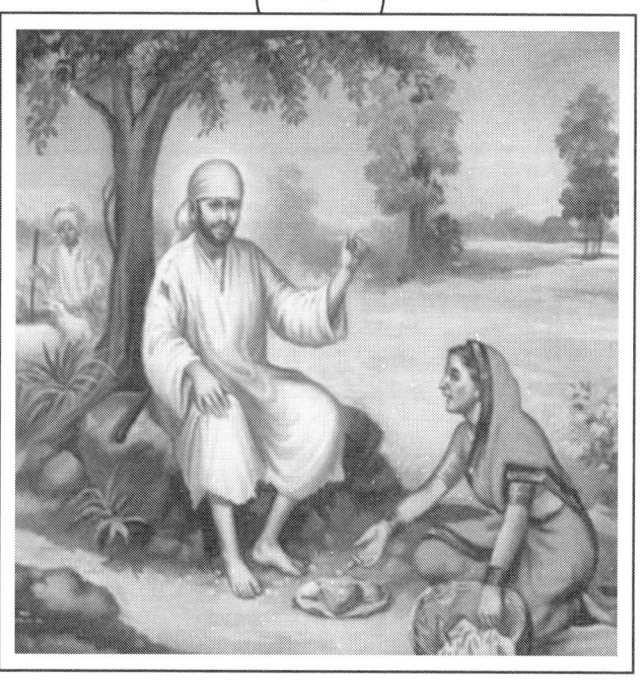

சாய் ராம் எனும் சௌந்தர்ய நாமம்

"யா சாயீ"
(வாருங்கள் சாயீ)

காட்டு மரக்கிளைகள்
கைநீட்டி அசைக்கும்
மரநிழல் சாலையெங்கும்
பந்தலாய் மிதக்கும்

வீட்டுப் பெண்டிர் கூட்டம்
வளையொலி யோடு நல்ல
பாட்டுகள் பாடிக்கொண்டே
பயணத்தில் லயிக்கும்

கணவன்மார் கண்கள் தங்கள்
குடும்பத்தை ரசிக்கும் - அந்த
மணமகன் நெஞ்சம் மட்டும்
மங்கைக்காய்த் தவிக்கும்

திருமண கும்பல் வெகு
தூரங்கள் கடந்த போது
ஒரு கோயில் முன்னே நிற்க
இளம்சாது சைகை செய்தார்

சிற்றூர் ஷீரடி அருகே
சிறியதொரு காட்டுக்கோயில்
சுற்று வட்ட ஊர்மக்கள்
சிரம்தாழ்த்திக் காட்டும் கோயில்

கவித்தாசபாபதி

 ஸ்ரீ ஷீரடி சாய் காவியம்

காளைமணிச் சத்தம் ஓய
கோமகன் பாதம் படவே
கோயில் மணி ஒலித்ததய்யா
கையொன்றும் தீண்டாமலே!

சாமிக்கு குருக்கள் சாத்திய
பூவொன்று விழுந்து வந்து
பூமியின் மன ரஞ்சனின்
பொற்பாதம் தொட்டதய்யா

தென்றல் தூக்கி வந்த
மலரோடு வந்த குருக்கள்
அன்றுவரை கனவில் காத்த
ஆனந்த சொர்க்கம் கண்டார்!

வனரஞ்சன் உடல்வளைத்து
வாஞ்சையாய் மலரெடுத்து
மனம் சிலிர்த்த குருக்களுக்கு
'மகல்ஷா' என்று தந்தார்

'மகல்ஷா' என்று தமது
மங்களமான பெயரை
பகன்ற அம் மந்திரக் குரலில்
பூரித்துப் போனார் குருக்கள்

ஆரத்தித் தட்டோடிருந்தவர்
'யா சாயீ' என்றே
பூர்த்தியாய் அவரை அழைத்த
பெயர் அதே நிலைத்ததய்யா

மந்திரப் புன்னகைக் காட்டி
மென்கரக் கொடியசைத்து
சுந்தரர் ஆசிகள் தந்து
தன்வழி நடந்து போனார்

வந்த அத் திருமண கூட்டம்
மலைப்புக்கு எல்லை இல்லை
சென்றவர் திசையை விட்டு
குருக்கள் கண் அசையவில்லை

சோகமும் சுகமும் சேர
'சாந்த்'தனின் கூட்டம் ஏக
கோபத்தில் இருந்தார் கபர்தேவ்
குழப்பத்தில் இருந்தார் ஷியாமா

இளஞ்சித்தர் பொருட்டு நல்ல
எண்ணங்கள் இல்லாதவர்கள்
இருவரும் ஷீரடி மக்கள்
இனும் சிலர் உள்ளார் அங்கே!

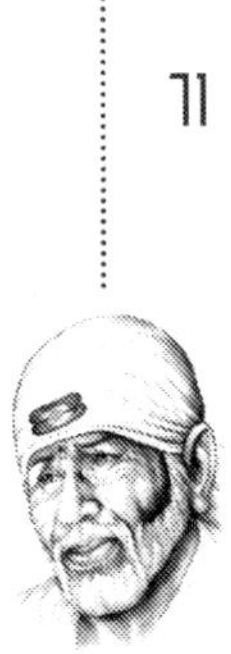

கவித்தாசபாபதி

மகல்ஷா எனும் மகல்சபதி

பேசாமல் இருந்தவர்; பெரும்
பித்தனாயத் திரிந்து மறைந்தவர்
கூசாமல் இவரை 'சாய்' எனக்
கும்பிட்டு அழைப்பதேனோ?

மிடுக்கோடு கபர்தேவ் கேட்க
மகல்ஷா மனதில் ஏறிய
கடுப்போடு சொன்னார், 'இந்தக்
காழ்ப்புணர்வு வேண்டாம் கபர்தேவ்

சாய் என்றால் ஈஸ்வரன்
சாயீஸ்வரன், முன்னர்
ஷீரடி வனவெளி தன்னில்
ஆழ்தவ தேவ வேளையில்

நான் கண்ட திவ்விய சொரூபம்
இப்பிறப்பில் அதுவே போதும்
ஏன் என்ற கேள்வி இல்லை
குலதெய்வம் காண்டோபா சாட்சி

வான்கடவுள் அவதாரமாய்
வையத்தில் எடுத்து வந்தார்
ஊனுடம்பு உயிர் உள்ளவரை
ஓம்சாய்ராம் பின்னால் செல்வேன்'

சென்றார் நம் சாயைத் தேடி;
சிலநாட்கள் பிறகு மகல்ஷா
கண்டார்; சாய்ராம் அவரைக்
கொண்டார் முதல் சீடராய்!

மீண்டும் ஷீரடி வாசம்

மந்திரப் புன்னகை காட்டி
மென்கரக் கொடியசைத்து
தன்வழி நடந்து போன
சுந்தரர் ஷீரடி வந்தார்

முன் அவர் விட்டுச் சென்ற
மவுனத்தின் பாடல்களை
மொழிகளின் நாவில் ஏற்ற
மீண்டும் ஷீரடி வந்தார்

காலத்தின் கர்ப்பம் கண்ட
கருவாய்... திரு உருவாய்
ஞாலத்தில் அவதரித்த
நாயகர் ஷீரடி வந்தார்

ஆயிரம் நினைவுகள் தாண்டி
ஆயிரம் பிறவிகள் தாண்டி
சாயிராம் நாமம் சூட்டி
சத்குரு ஷீரடி வந்தார்

வேப்ப மரம் வேப்ப மரம்
ஊரெல்லை வேப்பமரம்
காப்பியம் துவக்கிய
காம்பினித்த வேப்பமரம்

கவித்தாசபாபதி

ஸ்ரீ ஷீரடி சாய் காவியம்

சேவைக் கரங்கள் நீட்டி
ஷீரடியை வட்டமிட்டார்
ஓய்வாகக் கண்ணுறங்க
வேப்பமர மடியில் வந்தார்

பிச்சை எடுத்துண்டார்
பல்லுயிர்க்கும் பகிர்ந்துண்டார்
அச்சம் விலகென்றார்
அன்பே வாழ்க்கை என்றார்

மகல்ஷா வாய் மலர்ந்த
முத்தான நாமத்தை
அகம் மலர ஊர்மக்கள்
அழைத்தார்கள், ஆனாலும்

புறாக்களின் வனத்தில்
வல்லூறுகள் வாழ்வதுபோல்
இருப்பார்கள் தானே?
அங்கேயும் இருந்தார்கள்

கபார்தேவைக் காட்டிலும்
கயமைக் கொண்டவர்
'பாட்யா' எனும் பணத்திமிரன்
அவர்களில் ஒருவர்

ஆங்காங்கு 'பாட்யா'
அல்லல்கள் தருவார்
ஓங்கும் சாய் புகழால்
ஒவ்வாமைக் கொண்டதனால்!

'பெருந்தொல்லை உன்னாலே
பித்தன் நீ ஏன் வந்தாய்?
அருமை ஊர் மக்களின்
அறிவை மழுங்கச் செய்தாய்

பக்திக் கொண்டாடிடவே
பரமனோ நீ?' என்று
பாட்யா குரலெழுப்ப
பரந்தாமன் பதிலுரைத்தார்

'பித்தன் என்றழைப்பவர்க்கு
பித்தன் நான், இங்கெனை
சத்குரு என்பவர்க்கு
சத்குரு நான், மகல் ஷா
சாய் பாபா எனும் பெயர்
சூட்டினார், சம்மதமே

பரமனா நீ என்று
பதில் வேண்டிக் கேட்டால்
பகர ஒன்றுண்டு
பாட்யா கேள், எல்லோர்க்கும்
ஒருவனே இறைவன் - நான்
இறைவனுக்கு அடியன்!'

கவித்தாசபாபதி

ஸ்ரீ ஷீரடி சாய் காவியம்

துவாரகா மாயீ

காலத்தின் சரித்திரத்தை
கரையான் அரிப்பதில்லை
சரித்திரத்தின் சின்னங்கள்
சிதிலம் அடைவதுண்டு

சிதிலமடைந்ததோர்
ஜும்மா மசூதி ஒன்று
எதுவுமற்ற தனிமையில்
ஏங்கிக் கிடந்தது

மாயவரை அங்கு தங்க
மக்கள் வேண்டவே
ஆயத்தமானார்
அருள்கூர்ந்தார்

தயாளர் உள் புகன்றார்
தானே குப்பை கூட்டினார்
துவாரகமாயீ என்று
தலப்பெயர் சூட்டினார்

திருவிளக்கேற்றினார்
திண்ணையில் அமர்ந்தார்
'துனி எனும் தவ நெருப்பு
தினம் தினம் வளர்த்தார்

நெருப்பின் சாம்பல்
விபூதி ஆனது
நேசர் தரும் ஆனந்தமோ
அலாதியானது

எட்டாத உயரத்தில்
மெல்லிய கயிற்றூஞ்சல்
கட்டினார் அங்குதான்
கண்வளர்ந்தார் சாய் நாதர்

தூங்கும் கயிற்றூஞ்சல்
மெல்லியதானால், அட
தாங்குமா மனிதரை?
தாங்கியதே புனிதரை!

எப்படி ஊஞ்சலில்
ஏறுவார் இறங்குவார்
யாருமே அறியார்
காற்று அறிந்திருக்கும்

மகத்துவங்கள் எல்லாம்
மலர்களாய்ப் பூத்த குடில்
மார்க்க நதிகளெல்லாம்
சங்கமமாய்ச் சேர்ந்த கடல்

கண்ணீரின் கதைகளெலாம்
கண்துடைத்த கருணைக்குடில்
கண்ணிழந்த காலத்தின்
கண்களைத் திறந்த குடில்

தேவக்குடில் இதனைத்
தேடியே இனி வளரும்
காவியத்தின் சொற்கள்
ஊர்வலம் போகும்

கவித்தாசபாபதி

பிச்சையேந்தல்

கழுத்து முதல் முழங்கால் வரை
ஒற்றை மேலங்கியும்
மழித்த தலையை மூடிக்
கட்டிய துணியும்
கண்களில் காந்தமும்
கையில் சிறு கோலும்
தோளில் காலியாய்த்
தொங்கும் பையுமாய்ப்

பிச்சைப் பாத்திர மேந்தி
இதோ இதோ இதோ நம்
சச்சிதானந்த சாய் ராம்
செல்லும் அழகே அழகு

அருள் பூக்கள் பூத்த
இளமை நந்தவனம்
திருவோடு ஏந்தி நாடும்
தெருவெல்லாம் அழகு

விடிந்தும் விடியாப் பாதையில்
வடிந்து வரும் ஒளியாக
அடியெடுத்து வரும் தேவ
நடை கொள்ளை அழகு

இரு குழல் கைக்கோலை
கரம் அசைத்து தன் வரவைச்
சிறு இசை எழுப்பி சித்தர்
பெறும் பிச்சை பேரழகு

ஸ்ரீ ஷீரடி சாய் காவியம்

'ஃபகிர் வந்திருக்கிறேன் அம்மா'
பரிவோடு கேட்டார் சாய்
'பிட்டு ஏதும் இல்லையே'
பகன்றாள் ஒரு தாய்

அன்னமும் அவரைக் காயும்
ஆக்கி வைத்தும் நீயோ
ஒன்றும் இல்லை என்கிறாய்
நன்றி அம்மா வருகிறேன்'

என்று அடுத்த வீட்டுக்கு
ஏகினார் ஈசன், 'அடடா
நன்று அறிந்தவராக
நவில்கிறாரே ஃபகிர்

ஊரார் சொல்வது போலே
உயர்ந்த மகான் இவரோ
யாரோ எவரோ ஆகினும்
நாளை உணவிட வேண்டும்'

உண்மை உணர்ந்த பெண்மை
உள்ளம் நேசிக்கத் துவங்கினாள்

★

'ஃபகிர் வந்திருக்கிறேன்' என்றே
பரிவுக் குரலில் மற்றொரு
திண்ணையில் அமர்ந்தார் யாசகர்
அங்கிருந்த பெரியவர் கடிகிறார்

'இஷ்டப்பட்டு உழைக்கத் தானே
இரு கை கால்கள் உள்ளதே
கஷ்டப் படாமல் இரந்துண்ணல்
கேவலமில்லையா உனக்கு?'

'கஷ்டம் என்றால் உனக்கு
பொருள் தெரியுமா ஷிண்டே?'
குருசாய் கேட்டதும் 'என் பெயர்
எப்படித் தெரியும்?' என அதிர்ந்து

கேட்டார் திண்ணைப் பெரியவர்
'பெயரை விடு, உன்போல் பிறர்
உழைப்பைத் திருடிப் பெரும் பொருள்
சேர்ப்பவர்க்குப் புரியுமா கஷ்டம்?'

ஆழமாய் உரைத்து அன்பரோ
அடுத்தத் தெருவுக்கு ஏகினார்

★

ஷியாமா காத்திருந்தார் - சாய்
வரவைப் பார்த்திருந்தார்

பாகைக் கட்டிய தலையும்
பாங்காய் இட்டத் திலகமும்
தேகத்தில் நல்லுடையும்
தெளிவாய்ப் பேசும் தொனியும் - கொண்ட

ஷியாமா காத்திருந்தார் - சாய்
வரவைப் பார்த்திருந்தார்

காட்டுக்கோயிலில் அன்று
கபர்தேர்வுடன் குழம்பிய
ஷியாமா ஒரு நல்லாசியர்

படிப்பு சொல்லித் தரும் ஆசான்
பைத்தியக்கார ஃபகிருடன்
பழகுவதால் ஊர் ஏசுமோ என
பாதிக் குழப்பத்தில் இருந்தவர்

கவித்தாசபாபதி

மகல்ஷாவின் தூண்டலில்
மாயியை நெருங்கிப் பழகவே
அகத் தாமரை மலர்ந்தவர்
அர்ப்பணம் தன்னையே செய்தவர் - அந்த

ஷியாமா காத்திருந்தார் - சாய்
வரவைப் பார்த்திருந்தார்

‘ஃபகிர் வந்திருக்கிறேன் ஷியாமா’
பாசக் குரல் கொடுத்து பாபா
திண்ணையில் அமர்ந்தார்

பரவசமாய் வணக்கம் செய்து
பிச்சைக் கொணர ஷியாமா தன்
பெண்மணியை அழைத்தார்

அன்னையவள் அரிசி பருப்பு
அன்போடு அளித்தாள்: நல்
பண்போடு வணங்கிச் சென்றாள்

‘என்னுடைய அழைப்பை ஏற்று
இல்லம் வந்து அருளியதால்
ஆனந்தம் கொண்டேன் ஐயா

இன்னொமொரு விண்ணப்பம்
எல்லா வீடுகளிலும் ஏன்
தினம் பிச்சை எடுக்கவேண்டும்

நன்றென சொல்லுங்கள் சாயீ
நானே அன்னம் அனுப்புகிறேன்
தினம் துவாரகாமாயீ’

மல்லிகைப் பூச்சரமாய் - ஷியாமா
மனம் மணக்க செப்பவே
நல்லிசைத் தேன்சுரமாய் - நாயகர்
மெல்லிய பதிலுரைத்தார்

'ஒரு பிடி அன்னத்திற்காக மனிதர்கள்
அனுதினம் பாவம் புரிகிறார்கள்
அன்னத்தோடு உங்கள் பாவங்களையும்
எடுத்துக்கொள்கிறேன் நான்

அதற்கே தினம் தினம்
இந்தப் பிச்சையேந்தல்!

★

இரு குழல் கைக்கோலில்
சிறு இசை எழுப்பியே
பிச்சைப் பேரழகர்
போகிறார் பாதையிலே

பிச்சைப் பேரழகரின்
வழிமேல் விழி வைத்து
பல்லுயிர் காத்திருக்கும்
துவாரகா மாயியிலே!

கவித்தாசபாபதி

ஸ்ரீ ஷீரடி சாய் காவியம்

சரிதையின் சத்தியங்கள்

மடிசாரை ஒத்ததொரு
மராட்டிய எழிலுடையில்
கடைவிரிந்த பூவிதழில்
புன்னகையை வார்ப்பவள்

பாரிஜாத முகத்தவள்
பேச்சில் இனியள், அந்த
'பாய்ஜா'வின் இல்லம்
சாய்பாபா வந்திருந்தார்

பரவசம் பொங்கிடவே
பிச்சையிட்டு வாய் மலர்ந்தாள்
பெரியண்ணன் போலொரு
பந்தம் என உணர்ந்தாள்

'உண்மைதான் பாய்ஜா நம்
உறவைப் பின்னியது
ஜென்மஜென்ம பந்தத்தின்
தொடர்ச்சி' என்றார் சாய்

மெய் மறந்தாள்; மனசெல்லாம்
மாயத்தில் மிதந்தாள்
செய்யும் செயலெல்லாம்
சாய் முகம் நினைந்தாள்

இளம் தாய் பாய்ஜாவின்
குறும்பான சிறுபிள்ளை
வளருமிக் கதை வானில்
வெள்ளிமீன் ஆவான்

இலட்சுமி பாய் என்னும்
இன்னொரு இளம்தாய் தன்
இலட்சியமே சாய் பாதச்
சரணம் என வாழ்பவள்

ரம்மிய மனம்கொண்ட
ராமோஜி மனையாளும்
அம்மையாய் சாய்க்கு
அன்புமலர் சாற்றுவாள்

வாழும் காலத்தில்
வரலாறு எழுதி
சாய்பாதம் பின் நாளில்
சமர்ப்பித்த 'ஹேமாட்பந்த்'

மகல்ஷா முதல் சீடர்
ஷியாமா சாய் பித்தர்
அகம் பூத்த சொந்தங்கள்
அன்பின் சந்தங்கள்

அன்றாடம் அன்றாடம்
இவர்களெலாம் துவாரகாவைக்
கொண்டாடும் பக்தர்கள்
சாய் கால சத்தியங்கள்

எதிர்காலம் சாய் மகிமை
எழுத வந்த சான்றோர்க்குப்
புதிரில்லாப் பக்கங்களைப்
பகிர்ந்தளித்த நித்தியங்கள்

கவித்தாசபாபதி

ஸ்ரீ ஷீரடி சாய் காவியம்

தண்ணீரில் எரியும் தீபங்கள்

மசூதியின் திண்ணையில்
மதில்களில், சுவர்களில்
மங்கலம் பூத்த
மண் விளக்குகள்

விசேஷ மில்லை
வழக்கமாய் எரிந்து
விபூதி யாகும்
தவ நெருப்பு

அசோக இல்லம்
ஆயிரம் ஆயிரம்
அற்புதம் நிகழ்ந்த
சாட்சி அங்கே

தசாவ தாரன்
உமையொரு பாகன்
கண்பார்த்த வண்ணம்
காட்சி அங்கே

★

மண்விளக்கெரிவதும்
மங்கலப் பூசையும்
மசூதியில் நடப்பது
முறைதானா?

கண் சிவந்தெரியும்
அப்துல்லாவின் சினத்தை
கபர்தேவ் மேலும்
தூண்டிவிட்டான்

எண்ணெய் தினம் தரும்
வியாபாரி களையே
அச்சுறுத்தி தடுத்தான்
அக்கொடியோன்

திண்ணமாய் இருந்தான்
இஸ்லாத்தில், அவன்
திடமானவன், மத
தீவிர வெறியன்

மகல்ஷா, ஷியாமை
அபதுல்லா கும்பல்
மண்டையில் அடித்து
முடக்கி விட்டார்

பகல் பொழுதிறங்கி
மாலை எழுந்தது
பக்தர்கள் யாவர்க்கும்
பரிதவிப்பு

அகல் விளக்கின்றி
அன்பர் வாடுவார்
என்பதால் அந்தத்
தவிதவிப்பு

பகைகுணம் கொண்ட
பாவிகள் கூட
பார்க்க வந்தனர்
வேடிக்கையாய்

தவநெருப் பேற்றிய
தேவ மைந்தன்
ஏ பகவான் என்று
எழுந்து நின்றார்

கவித்தாசபாபதி

 ஸ்ரீ ஷீரடி சாய் காவியம்

அகமெலாம் நிறைந்தவர்
அருந்தும் நீரை
தீபத்தின் திரிகளில்
ஊற்றி வந்தார்

தக தக தக வென
எரியும் கொள்ளியைத்
திரிகளின் அரும்பில்
தீண்டிவிட்டார்

மிகையில்லை மெய்யிது
மண் விளக்குகளில்
மலர்களாய்ச் சுடர்கள்
மலர்ந்ததம்மா!

திகைத்தனர் பக்தர்கள்
திவ்வியச் சுடர் கண்டு
தேவாதி தேவரென
ஆர்ப்பரித்தார்

பகைத்தவர் கூட்டமும்
பாதங்கள் தொட்டு
பாவ மன்னிப்பு
கேட்டு நின்றார்

முகமில்லா இறைவன்
முடிவில்லா அல்லா
மனோகரன் முகத்தில்
மாட்சி தந்தார்

சுகம் இனி சுகமே
சேவகன் ஒருவனே
சேர்ந்து வாழ்வதே
மீட்சி என்றார்

அறியாமையைப் போக்கும் 'துனி' எனும் தவநெருப்பு

இலட்சியமே 'சாய்' பாதச்
சரணம் என வாழும்
'இலட்சுமிபாய்' இளம்தாயை
அழைத்தார் நம் நேசர்

முப்போதும் சாய் குருவை
மனதிலேற்றி வைப்பவள்
அப்போது துவாரகையின்
துப்புரவில் இருந்தாள்

சொல்லுங்கள் பாபா என
செவ்விதழ்கள் உதிர்த்த
சொல்லில் வடிந்து வரும்
சௌந்தர்ய நாதம்

கண்ணுக்குள் சாய் ஆடும்
கருமணிகள் வழியே
பெண்ணுக்குள் பெருகும்
பேரன்பு ஆறு

கவித்தாசபாபதி

 ஸ்ரீ ஷீரடி சாய் காவியம்

தாயல்லவா? மனம்
தாங்கி யிருப்பது
சாய் அல்லவா
சேவைக்குத் துடித்திருந்தாள்!

'கெட்டப் பசியெனக்கு
இட்சுமிபாய், இரண்டொரு
ரொட்டி சுட்டுத் தருவாயா?'
ரகு சாய் ராம் கேட்டார்

இது பேறு, இதைவிட
எது வேண்டும் எனக்கென்று
அதிவேகக் காலெடுத்து
அவள் இல்லம் விரைந்தாள்

'ஓம் சாயீ ஸ்ரீ சாயீ
ஜயஜய சாயீ ஜயஜய சாயீ
ஓம் சாயீ ஸ்ரீ சாயீ
ஜயஜய சாயீ ஜயஜய சாயீ'

இதயத் துடிப்பெல்லாம்
ஓம் சாயீ இசையோடு
இலட்சுமி பாய் திரும்பி வந்தாள்
விரைந்து சென்ற விசையோடு

மூங்கிலில் பின்னிய
முழுவட்டத் தட்டு
தாங்கிய ரொட்டியை
வாழை இலை மூடி

எடுத்து வந்த மகராசி
அத்தனை பெருமிதமாய்க்
கொடுத்தாள், சாய் ராமின்
செயல் கண்டு அதிர்ந்தாள்

வெளியே வெகுநேரம்
வருந்தி நின்ற நாயை
விரல் காட்டி அழைத்து
உணவிட்டு நகர்ந்தார்

சாய் தந்த ரொட்டியை
சாலை நாய் கவ்வித் தின்ன
தாய் இலட்சுமி கண்ணீரும்
தவிப்போடும் கேட்டாள்

'பசிக்கிறது என்றீர்கள்
பாபா நான் ஆசையாக
படைத்து வந்த ரொட்டியை
நாய்க்கு ஏன் இட்டீர்கள்?'

'பசிக்கிறது என்றேன்: ஆம்
பசிக்கிறது நாய்க்கு; அதன்
பசி தீர்ந்தது இப்போது
என் பசியும் நீங்கியது

பசி என்பது மனிதனின்
பாடு மட்டுமல்ல
பல கோடி ஜீவனுக்கும்
பசிதான் வயிற்றுப் பாடல்

கவித்தாசபாபதி

ஸ்ரீ ஷீரடி சாய் காவியம்

'என் பசியைச் சொல்லிவிட்டேன்
நாய் எப்படிச் சொல்லும்?
நன்று பார் அதன் கண்ணில்
நன்றியின் பேரன்பை!'

உற்று உற்றுப் பார்க்கும்
நாயின் முகம் பார்த்து
உணர்ந்தாள் இலட்சுமி பாய்
உள்ள மடை திறந்தாள்

'அறியாமையைப் போக்கி என்
அறிவுக்கண் திறந்தீர்கள்'
அன்னையவள் கண் மல்கி
கைகூப்பிக் கரைந்தாள்

யாக குண்டத்தில்
விறகுத் துண்டுகளை
யோகி சாய் நாதர்
வைத்தவாறு சொன்னார்

'உனதல்ல இலட்சுமி பாய்
எல்லோரின் அறியாமையை
இனி போக்கும் பார் இந்த
'துனி' எனும் தவ நெருப்பு!'

4

எண்ணில் அடங்கா அற்புதங்கள்

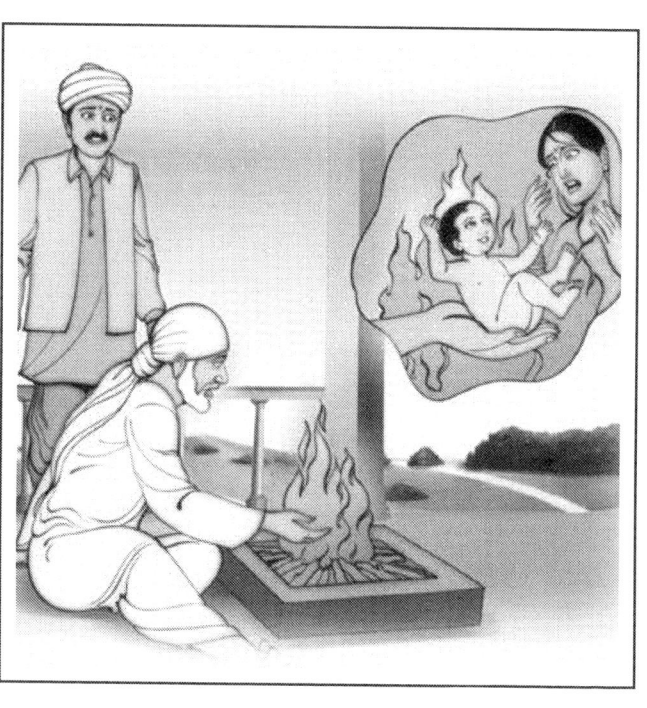

வெள்ளி மீன்

இளம் தாய் பாய்ஜாவின்
குறும்பான சிறுபிள்ளை
வளருமிக் கதை வானில்
வெள்ளிமீன் என்று,

சரிதையின் சத்தியங்களில்
செப்பிய நினைவெடுத்து
ஒரு மனம் குவித்து
ஓதுக இப்படலம்!

★

பாரிஜாத முகத்தவள்
பேச்சில் இனியள், அந்த
'பாய்ஜா'வுக் கெப்போதும்
பெருந்தொல்லைக் கொடுப்பான்

துள்ளுவான் தொலைவான்
தன் போக்கில் திரிவான்
பள்ளிக்குப் போகாமல்
பதுங்கி ஒளிவான்

மரஉச்சி ஏறி நின்று
மரித்துப் போவேன் என
ஒருநாள் அடம் பிடித்தான்
அவன் பெயர் 'தாத்யா'

கவித்தாசபாபதி

 ஸ்ரீ ஷீரடி சாய் காவியம்

கெஞ்சினாள் அதட்டினாள்!
கிளையுச்சி மேலிருந்து
அஞ்சாத சிறுவனோ
எம்பிக் குதித்தான்

துச்சாதனன் துகிலுரிக்க
திரௌபதை துடித்தாள்
மிச்சமிருந்த நம்பிக்கையில்
முகுந்தா என கைதூக்கினாள்

பிள்ளை எம்பிய கணமே
பாய்ஜா பக்தையோ
'பாபா' எனக் கண் மூடி
பெருங்குரல் கொடுத்தாள்

ஒரு நொடியில் கண்திறக்க
உயிரான மகனோ
மரத்தடியில் பாபாவின்
மணிக்கரத்தில் இருந்தான்

துவாரகையிலிருந்தவர்
தூரத்துக் கொல்லையில்
தோன்றிய வியப்பிலும்
மகிழ்விலும் தாய் கேட்க

'சவாரி தேவையில்லை
சித்தனுக்கு' என்றே
சிரித்தார் சாய்பாபா
சிறுவனின் தலை கோதி!

'எழுபத்தி இரண்டு
பிறவிகளின் பந்தம் நாம்
நிழல் போல் தொடர்ந்திருப்பேன்
நெஞ்சம் போல் நினைந்திருப்பேன்

பள்ளிக்குப் போ 'தாத்யா'
பக்குமாய்ப் படித்து வா
பிள்ளைக்குக் கல்விதான்
கண்''என்று தேற்றினார்

உவகையோடு வணங்கி
ஊருக்குள் சென்றாள்
கவலையோடு பிள்ளையும்
கூடவே சென்றான்

✭

மலர் பூத்த நந்தவனச்
செடிகளுக்கு சாய் நாதர்
மண்பானை நிரம்பிய
நீரூற்றிக் கொண்டிருந்தார்

முன் மதிய வேளை
வேறு யாரும் இல்லை
தன கோபம் தீர்க்கவே
தாத்யாவும் தோழர்களும்

கவித்தாசபாபதி

ஸ்ரீ ஷீரடி சாய் காவியம்

கல்லெறிந்தார்கள்
உடைந்தது நீர்ப்பானை
சொல்லேதும் சொல்லாமல்
சாய் முறுவல் பூத்தார்

சரமாரியாக அந்தப்
பிள்ளைகள் எறிந்த கற்கள்
சாமந்திப் பூக்களாக
சாய் மீது விழுந்தன

அதிசயம் அதைக் கண்டு
அஞ்சிய பிள்ளைகளோ
அங்கிருந்தோடினர்
எஞ்சியது தாத்யாவே!

குனிந்து தேடியவன்
கைகளில் கற்களை
பின்னிருந்து யாரோ
திணிக்கவே, தாத்யா

மேலும் எறிந்தான்
மேலும் எறிந்தான்
எல்லாக் கற்களும்
பூக்களாய் விழுந்தன

தாத்யா ஒரு கணம்
திரும்பிப் பார்த்ததும்
திடுக்கிட்டுப் போனான்
தொப்பென்று சரணடைந்தான்

பின்னிருந்து கற்களைத்
திணித்தவரும் பாபா
முன்னின்று பூக்களாய்
எடுத்தவரும் பாபா!

ஓரிடத்தில் இருந்துகொண்டு
ஓராயிரம் இடம் ஏகும்
ஓங்கார ரூபனல்லவா?
ஓரிரவில் உறங்கிக்கொண்டு
பக்தர்களின் கனவுகளில்
உலாவரும் தேவனல்லவா?

ஒற்றைக் குரல்கொண்டு
ஒருவனே இறைவன் எனும்
உலகத்தின் ராகம் அல்லவா?
எல்லா சனாதனமும்
ஒரே தர்மம் எனும்
ஒய்யார ஜீவனல்லவா?

தாத்யா சரணடைந்தான்
தன் வாழ்வே சாய் என்றான்
ஜென்ம உறவானானே!
தத்தாத்ரேயர் சாயி
தத்ரூபச் சரிதை வானில்
வெள்ளி மீனானானே!

கவித்தாசபாபதி

செல்வந்தர் பூட்டியும் பாபாவின் கோபமும்

ஷியாமாவும் மகல்ஷாவும்
உரையாடிக் கொண்டிருக்க
தயாளர் சாய் பாபா
திண்ணையில் அமர்ந்திருந்தார்

பளபளக்கும் உடையில்
கழுத்திலும் கைகளிலும்
ஜொலி ஜொலிக்கும் நகையுடன்
வந்தார் ஒரு செல்வந்தர்

'பூட்டி' அவர்; துவாரகையின்
தோட்டத்தில் நுழைந்ததும்
காட்டமாய் பாபா கை
நீட்டியே கத்தினார்

'நில் அங்கே! வந்த வழி
செல்' என்று கர்ஜித்த
சொல்லுக்குள் இருக்கலாம்
சூட்சுமங்கள் ஏதேனும்.

மாபெருஞ் செல்வந்தர்
பூட்டி எனும் வெளியூரார்
மீச்சிறு மனதோடு
ஊர்த்திடலில் சென்றமர்ந்து,

வேதனையில் விம்மி
விசும்பிக்கொண் டிருக்கையில்
ஆதரவாய் அங்கு வந்தார்
ஷியாமாவும் மகல்ஷாவும்

‘பூட்டி ஐயா ஏனிங்கு
விசும்புகிறீர்? உங்களையே
கூட்டி வரச் சொல்லி
கோமகன் அனுப்பிவைத்தார்’

வந்தவர்கள் சொன்னதுமே
பூட்டியின் விசும்பல்கள்
முந்தி வந்து சொற்களின்
மழையாகக் கொட்டியதே

‘செல்வப் பிரபு என்னைச்
சிறப்பிப்பார் அவர் என்ற
செருக்கோடு வந்தேன் நான்
சரியாக உணர வைத்தார்

கேட்டதுண்டு அவர் மகிமை
கண்டுகொண்டேன் நானின்று’
பூட்டி தன் மனவானில்
பூர்ண நிலா புலரக் கண்டான்

ஸ்ரீ ஷீரடி சாய் காவியம்

உண்மைதான் சாய் பாபா
யாரையும் வெறுப்பதில்லை
வன்மையாய் வெறுப்பதெலாம்
மனிதர்களின் அகங்காரம்!

அன்பு ஒன்றே சாய் கொண்ட
அழகான ஆசை! என்றும்
அவர் வளர்க்கும் அக்னிக்கு
ஆணவமே காணிக்கை!

★

செல்வச் சீமான் 'பூட்டி'
சாய் பாதம் சரணடைந்தார்
பொல்லாத வயிற்று நோய்,
பாபாவால் குணமடைந்தார்

பக்தர்களின் தேவைக்கு
மண்டபம் கட்டித் தந்தார்
மக்களின் சேவைக்காய்
மனவாசல் திறந்துவிட்டார்!

பின் நாளில் ஸ்ரீ கிருஷ்ணன்
புதுக்கோயில் கட்டுதற்கு
தன்னையே எழுதிவைத்த
பெருங்குறிப்பைக் கதை எழுதும்!

கஸ்தூரிபாய், கபர்தே, பக்தையும் எதிரியும்

பாபா என்று யாரும்
சொன்னாலே போதும்
கோபத்தின் உயிரணுக்கள்
கொந்தளித்துப் போகும்,

கயமை குணம் கொண்ட
கபர்தேயின் மனக்கணக்கு
நியதிக்கு இதுவரையும்
நேராக வரவில்லை

அந்திப் பொன் பறவை
இருள் கூடடையும் நேரம்
சந்தியாக் காலப் பூசை
கிண்கிணிகள் ஒலிக்கும் நேரம்

ஸ்ரீ ஷீரடி சாய் காவியம்

குங்குமத் தாய் கஸ்தூரி
கபர்தேயின் துணைவி
பொங்கிய கண்ணீரைப்
பார்த்தோடி வந்தார்கள்
அங்கொரு மரத்தடியில்
ஊர்ப்பெண்கள் மூவர்

அவர்கள் தேற்றுவதை
அவ்வழியே உலாவந்த
மகல்ஷாவும் ஷியாமும்
கண்டங்கே குழுமினர்

'பயந்து பயந்து நான்
பாபாவைத் தொழுகின்றேன்
ஒளிந்து ஒளிந்து நான்
துவாரகை வருகின்றேன்

நோக்கி நான் வணங்கும்
பாபாவின் திருப்படத்தைத்
தூக்கி எறிந்துவிட்டார்
என் கணவர் என் செய்வேன்?

உள்ளமெலாம் பூத்திருக்கும்
உத்தமர் சாய் நினைவைக்
கிள்ளியெறியச் சொல்கின்றார்
என் கணவர் என் செய்வேன்?

ஆசையாய் ஸ்ரீ சாய்க்கு
அன்றாடம் நான் செய்யும்
பூசையை நிறுத்தென்றார்
என் கணவர் என் செய்வேன்?

பாபாவைப் பார்க்காமல்
என் கண்கள் உறங்காது
பாபாவைத் தொழாமல்
உயிர் வாழ்தல் இயலாது

சொல்லுங்கள் அண்ணா இனி
செய்வது நானறியேன்'
நல்லாள் கஸ்தூரிபாய்
நவின்றாள்; மனம் நைந்தாள்

'பித்தனென்றும் போலியென்றும்
திட்டியவர்கள் அன்று
பக்தராக மாறியதைப்
பார்க்கின்றோம் இன்று

காலத்தால் கரையாத
கறை இல்லை கஸ்தூரி
கபர்தேயும் மாறுவார்
பாபாவின் அருளாலே!

வீட்டுக்குச் செல்' என்று
ஷியாமாவும் மகல்ஷாவும்
தேற்றிவிட்டு தம் வழியே
இரவு உலா தொடர்ந்தார்கள்

★

கனவுகளில் கெட்ட சில
கனவுகள் வருவது போல்
காலத்தின் சுழற்சியில்
கொடுங்காலம் வருவதுண்டு

கவித்தாசபாபதி

காலராவின் கொடுந்தாக்கம்
கொன்றது பல உயிர்களை
ஊரார் முறையிட்டு
ஷியாமாவை அணுகினார்கள்

'பட்டணத்து வைத்தியர்
வரவில்லை என்றால்
கெட்டது தொடரும், ஊர்
கொடும் பாலை ஆகிவிடும்'

'கண்ணீர் வேண்டாம் நம்
கவலையைத் தீர்ப்பார்
கருணா மூர்த்தி பாபா
அவரிடம் முறையிடுவோம்

முன்னொரு நாள் பெய்த
கொடும்புயலின் பேய்மழையில்
மின்னலை தன் தேகத்தில்
இறக்கி, மழை நிறுத்தி

இன்னலைத் தடுத்தாரே
மூழ்கிய நம்மூரை!
அந்நாள் போல் இந்நாளும்
அவர் தயவால் கரையேறும்'

★

கை அரவைக் கல்லில்
கோதுமை அரைத்தபடி
மெய்ஞ்ஞானக் கண்ணால்
மொத்தமும் அறிந்த சாய்

கவித்தாசபாபதி

ஸ்ரீ ஷீரடி சாய் காவியம்

வழக்கம் போல் தனக்குத்
தானே சிரித்தபடி
பழகும் விரலோவியம்
காற்றில் வரைந்தபடி

'லட்சுமி என்றழைத்தார்
இளம் தாய் வந்து நிற்க
அட்சயக் கையால் மாவை
அள்ளி அள்ளிக் கொடுத்தார்

கஸ்தூரியிடம் இந்தக்
கோதுமை மாவைத் தந்து
விஸ்தாரமாய் நீட்டி ஊரின்
முடிவெல்லையில் தூவச் சொல்'

என்று சில வார்த்தைகள்
சாய் சொல்லி வாழ்த்த,
முந்தானையில் பெற்ற மாவை
மூட்டையாய் எடுத்துச் சென்றாள்

★

முறையிடாமலேயே
முன்னறிவால் சாய் அனுப்பிய
அரைமாவை ஊரின்
முடிவெல்லையில் தூவி,

கோடொன்று வரைந்துக்
கொண்டிருந்தார்கள்
கஸ்தூரி மகல்ஷா
ஷியாமா மூவரும்

கோடொன்று வகுத்தல்
குறியில் வருவதுபோல்
காலத்தின் வகுத்தலில்
கபர்தே அங்கு வந்தான்

கஸ்தூரி என்ன இது?
ஷியாமா என்ன இது?
என்ன இது என்ன இது
மகல்ஷா என்ன இது?

எக்காளமாய்க் கேட்டார்
ஷியாமா பதிலுரைத்தார்
‘இக்கோடு தாண்டாமல்
இரு நாட்கள் இருக்க வேண்டும்

பாபா கொடுத்தனுப்பி
பாதுகாப்பாய்த் தூவச் சொன்னார்
நோயால் கொண்ட துன்பம்
நாளிரண்டில் நீங்கிவிடும்’

பலத்த சிரிப்பை ‘கபர்’
பட்டாசாய் வெடித்தார்
கனத்த கோபத்தில்
கஸ்தூரியைக் கடிந்தார்

பைத்தியக்காரன் அந்தப்
ஃபகிர் பேச்சு கேட்டு
புத்தியெலாம் கெட்டு
பேதலித்துப் போய்விட்டீர்

ஷியாமா மகல்ஷா நீர்
கெட்டதோடு அல்லாமல்
ஷகி என் கஸ்தூரியைக்
குழப்பி விட்டீர்; இப்போதே

ஸ்ரீ ஷீரடி சாய் காவியம்

கிழித்த கோட்டை நான்
தாண்டுகிறேன், உங்கள்
பழுத்த முட்டாள்தனம்
காட்டுகிறேன் பாருங்கள்'

சிந்திய கண்ணீரின்
சூட்டோடு கஸ்தூரி
முந்திய கணவரையே
மன்றாடித் தடுத்தாள்

மகல்ஷாவும் தடுத்தார்
ஷியாமா எடுத்துரைத்தார்
அகம் இருள் சூழ்ந்தவர்
அக்கோட்டைத் தாண்டி

சில அடிகள் நடந்து பின்
சிரித்தான் சிரித்தான்
சில நொடிகள் கடந்து பின்
துடித்துப் புரண்டான்
வயிற்றைப்
பிடித்துப் புரண்டான்

கஸ்தூரி அலறினாள்
கோடு தாண்ட எம்பிய
குலமகளைத் தடுத்தே
கும்பிட்டனர் பாபாவை

கபர்தேயும் தன் தவற்றை
கணப்பொழுதில் உணர்ந்தார்
காத்தருள் பாபா என
கதறினார் கரைந்தார்!

கபர்தேயின் குரலில் கேட்டது
கஸ்தூரியின் கண்ணீர்க் குரல்
துவாரகையிலிருந்து நீண்டது
பாபாவின் ஆசி விரல்

நின்று நடந்த கபார்தே
மகல்ஷா, ஷியாம், கஸ்தூரியை
மன்னிக்க வேண்டினார்; அங்கு
மனங்கள் மலர்ந்தன மல்லிகையாய்!

காலம் வகுத்த கணக்கில்
கபர்தே ஈவு ஆனான்
மீதியாய் எஞ்சிய நாளை
சேவைக்கு எழுதிவிட்டான்

சாயின் சரித்திரத்தில்
அவரும் ஓர் இடம் பிடித்தார்
சாகும் வரை சாய் என்றே
தான் பிறந்த கடன் அடைத்தார்

உள்ளமெலாம் பூத்திருக்கும்
சாய் நினைவில், இன்பம்
வெள்ளமெனப் பாய்ந்ததே
கஸ்தூரி இல்லத்தில்!

கவித்தாசபாபதி

பாதங்கள் பீய்ச்சிய கங்கா யமுனா

சாமானியராய் இருந்து
சாய் ஹரி கதை சாற்றி
கோமானாய் நிலைத்த
தாஸ் கானு கதை இது

சாய் கீர்த்தனைகள்
திசையெல்லாம் பாடி
சாகா வரம் பெற்ற
சான்றோர் கதை இது

✶

நேர்மை வழுவாத
காவலர் தாஸின்
கூர்மைக் கண்ணுக்குக்
கிட்டினன் ஒரு கள்வன்

பட்டணத்தில் சிக்கியவன்
பைத்துணி முடிச்சில்
கட்டான நகைகள்
கனம் மிகுவாகும்

கேள்விகளால் அவனைக்
கீறியதால் சொன்னான்
'கள்வனல்லன், இதைக்
கொடுத்தது சாய்பாபா

துன்பச் சுமையோடு
ஷீரடி சென்றேன், தன்
அன்பைத் தந்தார்
அருளினார் ஆபரணம்'

காவலர்த் தலைவர் கானு
கடுஞ் சினத்தோடு
'ஏவலாம் சிப்பாயை
இழுத்து வந்து அக்

கள்ள பாபாவைக்
கிளறுவோம்; இனும் பல
கொள்ளைப் பொருட்களைக்
கைப்பற்றுவோம்' என

பொறுத்திர மாட்டாமல்
பொங்கிய பேச்சை
நிறுத்தி உரைத்தார்
நீதியின் ஆணையர்

'ஆயிரம் ஆயிரம்
அன்பர்கள் பார்க்கும்
சாயியை இங்கு
அழைப்பது முறையா?

ஷீரடி மகான் அவர்
சிறப்பின் நிமித்தம்
ஊரிடம் சென்றே
உரியன கேட்போம்'

கவித்தாசபாபதி

ஸ்ரீ ஷீரடி சாய் காவியம்

கள்வன், காவலர்
ஆணையர், குழுவாய்
வெள்ளென விரைந்தனர்
ஷீரடி மண்ணை!

✸

கள்வரும் குழுவும்
துவாரகை வந்ததும்
காவலர் வாகனம்
கிறீச்சிட்டு நின்றதும்

கலவரமாய் எழும்
புழுதியைப் போன்ற
நிலவரம் சூழ்ந்தது
நிம்மதி நிலத்தில்

கல்லிருக்கையில்
குந்திய குருவின் முன்
நல்லிருக்கை ஒன்று
சிப்பாய்கள் போட்டனர்

நீதி ஆணையர்
நேயம் மிக்கவர்
நாதனை வணங்கி
விசாரணை துவங்கினார்

குற்றம் சாட்டினார்
தாஸ் கானு, சினம்
நெற்றியில் ஏற்றி
நெருப்பாய்ப் பேசினார்

கூர் கெட்ட பேச்சில்
கொதிந்தெழுந்தே
ஊர் மக்கள் யாவரும்
உரக்கக் கத்தினர்

'சாக இருந்த என்
பிள்ளைத் தாய்ச்சிப் பெண்ணை
யாக விபூதி தந்து
உயிர் காத்த யோகியே

நியாய சபையிதில்
என் பணி ஆற்ற
ஐயா தாங்கள்
ஒத்துழைக்க வேண்டும்'

நீதி ஆணையர்
நேர்மையில் கேட்க
நாதர் சாய் குரு
நேச விழி காட்டி,

மக்களைத் தணித்தார்
மன்றம் தொடர்ந்தது
பக்கம் விரித்து
பதித்தார் வாக்குகள்

தங்கள் பெயர்?
சாய் பாபா
தந்தை பெயர்?
சாய் பாபா

'தந்தைக்கும் மகனுக்கும்
ஒரே பெயரா?'

ஆத்திரக்கார தாஸ்
'அதெப்படி சாத்தியம்?'
காத்திரமாய்க் கேட்டு
கோமகனை இடைமறித்தார்

'இட்டப் பெயர் ஒன்றாய்
இருக்கக் கூடாதென
சட்டம் உளதோ?'
சாய் நகைத்தார்

'வாய் பேசாதிரு தாஸ்
வாக்கு மூலம் தனில்!
சாய் நீங்கள் சொல்லுங்கள்'
ஆணையர் தொடர்ந்தார்

தங்கள் குலம்?
தேவ குலம்

தங்கள் பந்தம்?
கபீர் பந்தம்

தங்கள் குரு?
வெங்குசா

தங்கள் வயது?
'...................'

வயதைக் கேட்டதும்
வாக்கின் இடைவெளியில்
யுகங்களாய் தொடர்ந்த
உயிர் மூச்சை உள்ளிழுத்து,

பாபா பதித்தார்
'பல லட்சம் வருடங்கள்!'

'சத்தியம் வேண்டும்
நியாய சபை இது
அசத்தியம் ஆகாது
அசல் வயதென்ன

அய்யா சொல்லுங்கள்'
ஆணையர் கேட்க
பொய்யுரைப்பதில்லை
ஒரு போதும் நான்' என

பக்குவமாய் பதில்
பாபா தந்ததும்
மக்கள் முகத்தின்
மலர்ச்சியை என் சொல?

நெஞ்சமும் நினைவும்
யுகங்கள் தாண்டிய
மஞ்சுநாதர் சொல்
மகிழ்ச்சியை என் சொல?

ஈசன் பரம்பொருள்
இறைவனின் தூதுவர்
நேசர் சாய் தந்த
நெகிழ்ச்சியை என் சொல?

★

தக்க பதில் வேண்டி
மன்றம் தொடர்ந்தது
'இக்கள்வன் வாக்கை
ஏற்றுக் கொள்வீரா?

கவித்தாசபாபதி

ஸ்ரீ ஷீரடி சாய் காவியம்

தாஸ் கானு சுமத்திய
கொள்ளைக் குற்றத்தை
மாசிலா மணியர்
மனமுவந் தேற்றார்

'நான் தந்த நகைகள்
என்றிவர் சொன்னதால்
நானே இவர்க்கு அதைத்
தந்திருக்கக் கூடும்'

பூபாலர் தந்த
புன்னகைப் பதிலில்
கோபத்தின் எல்லையைக்
கடநதார் காவலர்

'பிச்சை எடுத்து
பிழைக்கும் ஃபகிர் நீ
பெரும் நகைக்குவியல்
பெற்றது எப்படி?

பக்தியின் மாய
மயக்கத்தில் வீழ்த்தி
மக்களின் செல்வம்
பறித்த பாதகா!'

காவலர் கூறிக்
குரைத்தது மிச்சம்
ஊர்நல மக்கள்
கொதித்தது உச்சம்

நான் தந்தேன் நான் தந்தேன்
நான் தந்தேன் நகைகளை
நானே தந்தேன் என
எல்லோரும் கூவ

வானே பிளந்தது
வழி பிறந்தது
கூனிக் குறுகி
கள்வன் மண்டியிட்டான்

அழுது அழுது
தொழுதுப் புரண்டவனை
'பழுதில்லை போ' என
பாபா மன்னித்தார்

பாய்ஜாவும் லட்சுமியும்
பெண்மனம் பொங்க
வாய் கிழிய 'கானுவை'
'வெட்கம் வரவேண்டும்,

சாய்குரு நாதரின்
சரணம் தொட்டு
பேய் குணம் நீங்கிப்
பிழைத்துப் போ' என்றனர்

கல்லெறிந்த கிணற்றில்
உடைந்த நிலவு
நல்லிரவின் அமைதியில்
நிறைவது போலே

தாஸ் கானு மனது
தெளிந்தது; விரைந்து
ஈஸ்வர ரூபனின்
மலர்ப் பாதம் தொட்டார்

தேம்பி அழுதார்
தெளிவுற்றே உளம்
ஆம்பல் மலர்ந்த
குளமென ஆனார்

கவித்தாசபாபதி

ஸ்ரீ ஷீரடி சாய் காவியம்

புன்னகை ஒன்றே
பெருநகையாம்; தரும்
மன்னிப்பு மறைகளில்
திரு மறையாம்

மன்னித்தருளினார்
மாயவர்; கானுவோ
மன்றாடினார் 'நான்
இழைத்த பாவத்தை

கங்கை யமுனைக்கு
கால்நடைப் புரிந்து
முங்கி எழுந்து
கழுவிட வேண்டும்'

மெல்லச் சிரித்தார்
மென் கரம் நீட்டி
'நல்லது தாஸ் கானு
நீ விரும்பினால்

யாத்திரை நெடுந்தூரம்
எதற்கு? ஒரே ஒரு
மாத்திரையில் வரும்
மகா நதிகள் இங்கு'

மாதவப் புருஷன்
மலர்ந்து அருளவே
பாதங்கள் இரண்டிலும்
பீறிட்டுப் பாய்ந்தது,

கங்கை யமுனையின்
புண்ணியத் தீர்த்தம்!
பொங்கிய உள்ளம்
பூரிப் பெய்தவே,

கைகளில் அள்ளி
கண்பொத்தி எடுத்தார்
மெய்யெலாம் சிலிர்க்க
மண்டைமேல் தெளித்தார்

பக்தர்கள் யாவரும்
பரவசம் கொண்டே
சத்தமாய் முழங்கினர்
'சாய் ராம் சாய் ராம்!'

★

தானாய் மலரும்
தண் மலர் போல
தானாய்ப் புலரும்
விடியலைப் போல

அடியெதும் எடுத்துக்
கொடுக்காமல் தாஸ்
அடியார் தொடுத்தார்
சாய் கீர்த்தனம்!

கவித்தாசபாபதி

சாய் கீர்த்தனம்

‘ராஜாதி ராஜ யோகி ராஜா
பர ப்ரம்ம, சச்சிதானந்த
சமர்த்த சத்குரு ஸ்ரீ
சாய்நாத மகாராஜ் வாழ்கவே!

கங்கை யமுனை நதி
அங்கெழுந்த பரவசத்தில்
பொங்கியதே புது வெள்ளம்
பூபாலர் கீர்த்தனையாய்

அடியெடுத்து தாஸ்கானு
ஆர்ந்தெழுந்து துதி பாட
அடுத்தடுத்து இசைத்தார்கள்
ஆருயிர் ஊர் மக்கள்

✶

சாய் பாதச் சரணங்களில்
கங்கை யமுனை
சாய் முகம் என்றாலே
கருணை கருணை

சாய் என்ற இசைச் சொல்லே
சொறியும் தேனை
சாய் கதைக் கீர்த்தனங்களில்
எதுகை மோனை

எதுகையின் பல்லாக்கில்
சாயின் வதனம்
மோனையின் மேடையிலே
சாயின் நடனம்

எறும்பு கூட சாய் நாதர்க்கு
உற்றத் தோழன்
ஆட்டுக்குட்டி தெரு நாய்கள்
சாயின் உறவு

திசுக்கள் ஒவ்வொன்றிலும்
எங்கள் சாயீ
திறந்திருக்கும் எல்லோர்க்கும்
துவாரகா மாயீ

சிவனடியார் கண்களுக்கு
சிவனாய்த் தெரிவார்
கவனமாகப் பார்ப்பவருக்குக்
கண்ணன் அவரே

புத்த மனம் கொண்டோர்க்கு
புத்தர் அவரே
நித்தம் 'அல்லா மாலிக்' எனும்
சித்தர் அவரே

யுகச்சித்தர் ஸ்ரீ சாய்க்கு
வயதில்லையே
அகச்சுத்தம் அடைந்தோர்க்கு
மதமில்லையே

கந்தல் ஆடை அணிந்திருக்கும்
சுந்தரப் புருசர்
கருணை சாம்ராஜ்ஜியத்தின்
முடிப் பேரரசர்

கவித்தாசபாபதி

ஸ்ரீ ஷீரடி சாய் காவியம்

தூர தூர பக்தர் கனவில்
தரிசனம் தருவார்
துவண்டு விழும் மனங்களுக்கு
கரிசனம் தருவார்

கைவிரல்கள் தூரிகையாய்
காற்றில் எழுதும்
சைகையெல்லாம் சிவனோடு
பாஷைகள் புரியும்

பூக்களோடு காதல் செய்யும்
பித்தரானவர்
பூமி கண்ட சித்தர்க்கெலாம்
சித்தரானவர்

சின்னச் சின்னச் சினங்களை
வெடித்துக் காட்டுவார்
பெரிய பெரிய அர்த்தங்களை
அவற்றில் கூட்டுவார்

அன்பு, சேவை அவர் மீட்டும்
சுந்தர கானம்
அன்றாடம் பிச்சை அவர்
கேட்கும் தானம்

அவர் வளர்க்கும் தவ நெருப்பு
கேட்கும் காணிக்கை
அகங்காரம், பேராசை
ஆணவம் பொறாமை

மூன்று கால கங்கைகளில்
மையமானவர்
முதலும் முடிவும் அறிந்திருக்கும்
ஐயனும் அவர்

வேதக் காலம் சொன்ன வாக்கு
ஒன்றே தெய்வம்
நாதர் சாய் நாதர் வாக்கும்
ஒன்றே தெய்வம்

தான் வளர்த்த குதிரையை
யாரோ அடித்தார்
தன் முதுகில் குருதியின்
கோடுகள் எடுத்தார்

கூன் விழுந்து தோல் அழுகிய
தொழுநோயாளியை
ஊன் துடைத்து சாம்பல் பூசி
வீரனாக்கினார்

எங்கெங்கோ தவித்திருக்கும்
ஏழை பக்தர்கள்
எதிர்பாராத் தருணத்தில்
நீறு அனுப்புவார்

கொண்டு வந்த பிச்சைப் பொருளை
உலையில் ஏற்றுவார்
கொதிக்கும் சோற்றில் கை நுழைத்து
பிரசாதம் ஆக்குவார்

ஆடிவரும் ஓடம் போல
அசைந்தே வருவார்
அலைகளென பக்தர்களும்
இசைந்தே வருவார்

கவலைகளை அவரிடத்தில்
கொண்டு செல்லுங்கள்
காலியாய் மனக் கிண்ணம்
விளக்கித் தருவார்

கவித்தாசபாபதி

ஸ்ரீ ஷீரடி சாய் காவியம்

ஆடலுடன் பாடல் அவர்
ஆசை எண்ணமே
ஆடும் சாய் பொற்பதங்கள்
அழகு வண்ணமே

காடுதானே சாய் நாதர்
அன்னை இல்லமே
வீடென்று அவர்க்கேது?
பக்தர் உள்ளமே!

கோலி குண்டு விளையாடும்
குழந்தை சாயீ
லீலைகளின் மகிமை தினம்
நிகழ்த்தும் சாயீ

திசுக்கள் ஒவ்வொன்றிலும்
எங்கள் சாயீ
திறந்திருக்கும் எல்லோர்க்கும்
துவாரகா மாயீ

சாய் பாதச் சரணங்களில்
கங்கை யமுனை
சாய் முகம் என்றாலே
கருணை கருணை!

தவத்திரு குருமார்கள் சாய்சரண் அடைதல்

வட்டமாய் வளர்ந்தார்
தாஸ் கானு அடியார்
வட்டத்தின் மையமோ சீரடி
விட்டம் விரிந்ததே மாநிலம் தாண்டி

ஆசை தீரா ஹரிக் கதையை
ஊரெல்லாம் பாடிப் பாடி
'தாஸ் கானு மகராஜ்' எனத்
திருப் பெயர் பெற்றார்

தோங்கி பாபா என்றொரு
போலிச் சாமி இருந்ததாலே
ஆங்கொரு குழப்பம்
இருந்தது வட நாட்டில்

கலக்கம் கொண்ட பல
குருமார்கள் அதனாலே
தயக்கம் காட்டினர்
ஷீரடி செல்வதற்கே

கவித்தாசபாபதி

சிவாய நம என்று
சிந்தித்துச் செயலாற்றும்
சைவ சித்தாந்த
சிவகுருவை தாஸ் அழைக்க

'சிவனே என்றும் என்
சிந்தையில் நிற்கையில்
எவரையும் என் கரம்
தொழாது' என மறுத்தார்

அநுமனுக்கு அர்ப்பணித்த
ஆதர்ச பக்தர் ஒருவர்
இனி எந்த பாபாவைவும்
ஏற்பதில்லை என்றுரைத்தார்

'தோங்கி பாபா போலல்ல
ஷீரடிஶ்ரீ சாய் பாபா
ஓங்கார ரூபன் அவர்
ஒரு முறை தரிசியுங்கள்'

என்றே தாஸ் இருவரையும்
அழைத்துச் சென்றார் ஷீரடிக்கு
வென்றது தாஸ் அல்ல
அவர்களின் ஜென்ம பலன்!

சிவனடியார் கண்களுக்குச்
சிவனாய்த் தோன்றுபவர்
கவனமாய்ப் பார்ப்பவர்க்குக்
கண்ணனும் அவரன்றோ?

சிவனையும் அநுமனையும்
சாய் உருவில் கண்டார்கள்
தவ குருமார் இருவரும்
சரணாகதி கொண்டார்கள்

பொருளும் பேதங்களும்
பிரித்தாளும் இவ்வுலகை
கருணை வென்று ஒரு
சாம்ராஜ்யம் நிறுவியதே

தெய்வீக மணம் வீசும்
தென்றலாய் சாய் புகழ்
திவ்விய தேசத்தின்
தோட்டமெல்லாம் பரவியதே

பொய்யான காலத்தின்
பகை சூழ்ந்த வாழ்வில்
மெய்ஞ்ஞான உயிர் வாசம்
மனமெல்லாம் விரவியதே

உச்சிகளைத் தொட்டவர்கள்
உலகம் சிறிதென்று
பிச்சைப் பாத்திரத்தில்
பூக்களாய் நிரம்பினரே!

கவித்தாசபாபதி

ஸ்ரீ ஷீரடி சாய் காவியம்

ஆண்டாள்
ராதா கிருஷ்ண மாயீ

வெண்ணிற ஆடையில் ஒரு
கன்னிகை காட்டுச் சாலையில்
கண்ணா கிருஷ்ணா என்ற
கானம் பாடி வருகின்றாள்

மாட்டுவண்டி பின்தொடர
மங்கையவள் பாடுகின்ற
பாட்டிசை முன் செல்ல
பைய நடந்து வருகின்றாள்

தோளில் ஒரு துணிப்பையும்
ஒரு கரம் தெய்வச் சிலையும்
தம்புரா மறு கை மீட்டி
தேவ சேவகி வருகின்றாள்

கந்தர்வப் பாட்டின் இசையைக்
காடே லயித்துக் கேட்க
சுந்தரப் பெண் ஆண்டாள்
சொர்க்க சுகத்தில் வருகின்றாள்

★

'கிருஷ்ணா... ராதா கிருஷ்ணா
ஹே கிருஷ்ணா

கோகுலத்துப் பசுக்களையெல்லாம்
காத்து வந்த கிருஷ்ணா
மோகித்து வரும் எனக்கே
பாதைக் காட்டு கிருஷ்ணா

எனைப் பிரிந்து ஒருநாளும்
போய் விடாதே கிருஷ்ணா
உனது காதல் என்றென்றும்
எனதன்றோ கிருஷ்ணா

புவனம் ஆளும் தெய்வம்
ஜீவ கருணா மூர்த்தி
எனை ஆளும் தேவா
ஓ நந்த நந்த லாலா

திசுக்களெல்லாம் நிறைந்திருக்கும்
கிருஷ்ணா
திசைகளெல்லாம் திறந்து வைக்கும்
கிருஷ்ணா

கிருஷ்ணா... கிருஷ்ணா'

*

ஆண்டாள் போல் காதலுற்ற
அழகு இளங் கன்னி மகள்
நீண்ட தொரு பயணத்தில்
அடைந்தாள் துவாரகா மாயீ

கவித்தாசபாபதி

ஸ்ரீ ஷீரடி சாய் காவியம்

லட்சுமி பாய், மகல் ஷா, ஷியாமா
தவத்திரு சிவகுரு, தாஸ் கானு,
உட்பட பக்தர்கள் எல்லோரும்
உதயக் காலக் கீர்த்தனைகள் இசைத்து, பின்

காத்திருந்த அப்பொழுதின் மௌனத்தில்
கிருஷ்ணா கிருஷ்ணா கிருஷ்ணா என்று
பூத்திருந்த பாடலைக் கன்னி மகள்
மோகன ராகத்தில் கரைத்து வந்தாள்

அழகான சங்கமத்தின் நிமிடங்களில்
எல்லோரின் நெஞ்சமும் இனித்திருக்க
பழகும் அவள் பாட்டில் லயித்திருக்க
புன்னகை உதிர்த்தபடி பாபா நின்றார்

மெய் மறந்து பாடி வந்த கன்னிமகள்
மாயவரைக் கண்டதும் நிறுத்திடவே
அய்யன் கேட்டார் 'சுந்தரி பாய்
ஏன் பாட்டை நிறுத்திவிட்டாய்?' என்றே!

'என் பெயர் உமக்கெப்படித் தெரியும்?' என்ற
இளமங்கையின் கேள்வியை ரசித்த பாபா
'உன் பெயரும் தெரியும், பண்டர்பூர் விட்டு
ஏனிங்கு வந்தாய் என்றும் தெரியும்' என்றார்

'நின் போல் பலபேரைப் பார்த்ததுண்டு
என்னை யாரும் ஏமாற்ற இயலாது
கண் போல் ஞாலமெல்லாம் காத்து வரும்
கண்ணன் என் மன்னனின் எழில் நகரம்
துவாரகாவின் திருப்பெயரை இம் மசூதிக்குச்
சூட்டியதேன்?' என மங்கை சூடாய்க் கேட்டாள்

'நான்கு திசை திறந்திருக்கும்
நகரம் அழகு நகரம்
நாற்புறமும் கடலலைகள்
நனைத்த சீர் நகரம்
பாற்கடல் வாசன் ராதா
கிருஷ்ணனின் நகரம்
துவாரகாமாயீ யின்
பொருள் இதுதான் பெண்ணே

சாதி மதம் குலம் வர்க்கம்
நான்கையும் கடந்தாகி
நாதியென வருவோரே
இங்கு நுழைய இயலும்
அதனால்தான் இம்மசூதி
துவாரகா மாயீ!'

ஆலயம் செய், மசூதி
தேவாலயம் கட்டு
அவையெல்லாம் கல்லாலும்
மண்ணாலும் ஆனவை

மண் காற்று பூக்களுக்கு
மதங்கள் இல்லையே
மனிதனுக்கு மட்டும்
எங்கிருந்து வந்தது?

பேதங்கள் மறந்துவிட்டால்
பார்ப்பதெல்லாம் கோபுரம்
மனம் கொண்டு பார்த்தால்
மசூதியும் ஆலயம்

மசூதி என்போருக்கு
மசூதி
ஆலயம் என்போருக்கு
ஆலயம்

கவித்தாசபாபதி

ஸ்ரீ ஷீரடி சாய் காவியம்

அர்த்தம் சொன்ன பாபா
ஒருகணம் நிறுத்தி 'உன்
கையில் இருப்பதென்ன?'
கன்னிகையைக் கேட்க,

"ராதா கிருஷ்ணன்" என்று
கன்னி மகள் பதிலுரைக்க
மல்லிகையாய் மேலும் சாய்
சொற்களை உதிர்த்தார்

'கையிலுள்ள பொம்மையில் நீ
காண்பது கிருஷ்ணன் ராதா!
காணாத கண்களுக்கோ
களிமண் பொம்மை தானே?

நம்பிக்கையோடு பார்த்தால்
மசூதியில் ஆலயம் தெரியும்
இங்கொவ்வொரு பொருளிலும்
மாயக் கிருஷ்ணன் தெரிவான்

★

செஞ்சுடர் ஒளிமுகன்
சந்தேகம் தீர்த்திட
சுந்தரிபாய் உளம் கொண்டு
சாயைப் பார்த்தாள் - அவள்

சேல்விழியில் ஆடினார்
கண்ணன் கண்ணன்
ஸ்ரீசாயின் மார்பில் கண்டாள்
கிருஷ்ணன் கிருஷ்ணன்

கன்னியவள் கரைந்துருகி
காலடியை நனைத்தாள்
'மன்னித்து அருளவேண்டும்
சாய் பாபா; இனி

ஷீரடியே எனக்கென்றும்
பண்டர்பூர் ஆகும்'
சிரம் தாழ்த்தி மலர்ந்தாள்
சிலிர்த்தார்கள் பக்தர்கள்

'ராதா கிருஷ்ணனுக்கு
நிதம் பூசை செயும் உனை
ராதா கிருஷ்ண மாயீ'
என்றினி அழைப்பேன்

சரிதானே?' சாய் அருள,
சுந்தரிபாய் 'இதுவே என்
'பெரும் பேறு' என்றாள்
பக்தர்களோடு கலந்தாள்!

கவித்தாசபாபதி

இந்து முஸ்லீம் இணைந்த திருவிழா

கோட்டைக் கொடி பறக்கும்
காவலர்கள் அணிவகுக்கும்
மாவட்டத் தலைமையகம்!
முடிசூடா மன்னன் போன்ற

வெள்ளைக்கார ஆட்சியரின்
முன் வந்து நின்றாரகள்
கள்ளங் கபடமில்லா
ஷீரடி ஊர்மக்கள்

'யாரிவர்கள்' என்றந்த
எஜமானர் கேள்விக்கு
'ஷீரடிசாய் பக்தர்கள்'
எடுத்துரைத்தார் உதவியாளர்

ஷீரடி எங்கே? அந்தச்
சாய்பாபா யாரென்றார்
ஊர் மக்களோடு வந்த
உயர்திரு சிவகுரு சொன்னார்;

'பாபா மண்ணில் வந்த
அவதாரப் புருஷர், எங்கள்
பாபா கண்ணில் கண்ட
தேவாதி தேவர்க்கு நிகர்'

கவித்தாசபாபதி

ஸ்ரீ ஷீரடி சாய் காவியம்

'ஓ.. ஒரு ஃபகிர் தினம்
விபூதி தருவாராமே
அந்த ஷீரடிதானே
அதுவொரு சிற்றூரன்றோ?

ஆட்சியாளர் கேள்விக்கு
உதவியாளர் பதில் தந்தார்;
'சாட்ஷாத் சாய் பாபா
சத்திய அருளால், சென்ற

பதினைந்து ஆண்டுகளாய்ப்
பெருகும் பக்தர் கூட்டம்
அதிவேகம் கொண்டு இன்று
ஒரு லட்சம் தாண்டியதே

இம்முறை ராம நவமி
இஸ்லாமிய 'உர்ஸ்' இரண்டையும்
செம்மையாய்க் கொண்டாடிட
அனுமதி வேண்டுகின்றார்"

'கோடையில் பெரும் விழா
கஷ்டங்கள் தருமே; மக்கள்
வாடி வருந்துவர் நீர்ப்
பஞ்சத்தில்' என்றார் 'கலெக்டர்'

'வறண்டதோர் கிணற்றில் சாய்
மலர் தூவ, நொடியில் தோன்றிய
நீருக்கே தாகம் வந்து
நிரம்பிய கிணற்றைக் கண்டோம்

சாய்நிழல் போதும் எங்கள்
சகலமும் சாத்திய மாகும்
போய்வரச் சம்மதம் தாரும்
பிரபுவின் உத்தரவு போதும்'

உத்தமனார் அற்புதம் கேட்டு
ஊர்மக்கள் அன்பைப் பார்த்து
மெத்த மகிழ்ச்சியில் அவரும்
உத்தரவு தந்தனுப்பினார்

★

தோளுக்கு மேல் வளர்ந்த பிள்ளை
துள்ளித் துள்ளி ஓடி வந்தான்
ஆளான தாத்யா அம்மாவை
உவகை வெள்ளத்தில் மிதக்கவிட்டான்

'கோலா கலமாய்க் கொண்டாடும்
நவமி, உர்ஸ் பெருவிழாவின்
வேலைகள் எல்லாம் என் பொறுப்பில்
விட்டாரம்மா சாய் நாதர்!

சிறுவயதில் கற்கள் ஏறிந்தே
ஏளனம் செய்தேன் பாபாவை
எழுபத்தி இரண்டு பிறவியின்
உறவினில் என்னைப் பிணைத்தாரே

உலகம் இதுவரைக் காணாத
பெருவிழா சிறக்க அம்மா என்
உயிரையே கொடுப்பேன்' என்றான்
உள்ளம் சிலிர்த்தாள் பாய்ஜா!

★

கவித்தாசபாபதி

விரல்களின் தெய்வ நடனங்கள் நல்
வீணையில் காட்டினாள் சுந்தரிபாய்
குரலில் ராமனின் அழகை மோகன
ராகத்தில் கூட்டினாள் சுந்தரி பாய்

கன்னிகா ராதா கிருஷ்ண மாயீயின்
கந்தர்வ ராக ஆலாபனையும்
பொன்னெழில் பூத்த நெஞ்சினள் லட்சுமி
பெண்மகளின் பக்தி கீதங்களும்

அன்னை தந்தையர் அண்ணன் தம்பிகள்
அடுத்தடுத்தூர்களின் உறவுகளும்
சின்னக் குழந்தைகள் சேர்ந்து எழுப்பிய
வண்ண விழாவின் குதூகலமும்

கோசல ராமனைப் பாடி ஆடிய
தாஸ்கானு பக்தரின் பாதங்களும்
கோஷமிட்டபடி கூடவே ஆடிய
நேசன் தாத்யாவின் நடனங்களும்

வண்ண வண்ண மலர்களின் சந்தையில்
வெண் மல்லிப்பூச் சரங்களைப் போல்
வெள்ளை அங்கியும் குல்லாயும் அணிந்த
இஸ்லாம் மக்களின் தொழுகைகளும்

வானம் போல விரிந்த சாயின்
மனம் போல் அழகுத் திருவிழா
பூமி இதுவரைக் காணாத மத
மார்க்கங்கள் கலந்த திருவிழா

திவ்விய விழாவின் மேள தாளத்தில்
தேவன் ஒருவன் ஆடுகிறான்
பவ்வியமாக பக்தர்களோடு
பாபா உருவில் ஆடுகிறான்

ஒரு கை விரல்கள் இசைக்கும் கட்டையை
உயர்த்தி உயர்த்தி ஆடுகிறான்
திருப்பாதங்களை இடம் வலம் வைத்து
தையத் தைய என ஆடுகிறான்

ஜன வெள்ளத்தின் ஆனந்த அலைகள்
ஸ்ரீராம் ஸ்ரீராம் என்றடிக்கிறதே
மனங்களெல்லாம் மயங்கி மயங்கி
சாய்ராம் சாய்ராம் என இசைக்கிறதே

★

இந்து வேறு முஸ்லிம் வேறு
இரண்டுக்கும் பாதைகள் வேறு வேறு
சிந்தை உள்ள முஸ்லீம் யாரும்
சீதாராமனைத் தொழுவதில்லை

உருவமற்ற தொழுதலை இந்து
ஒருபோதும் இங்கு ஏற்பதில்லை
வரைமுறை மீறி தர்ம வழிகளின்
விதிகளை ஃபகிர் உடைந்தெறிந்தார்

உங்களை எல்லாம் இழிவுப் படுத்தவே
ஓரங்க நாடகம் நடத்துகிறார்
பொங்கி எழுங்கள் புறப்படுங்கள் - அந்தப்
பக்கிரிப் பித்தனுக்கு விடை கொடுங்கள்

ஏதேதோ பல சொல்லிக் குழப்பி
அயலூர் மக்களை ஒன்று திரட்டி
தீதே உருவான பாட்யா, நவமி
திருவிழாத் திடலுக்குப் படையெடுத்தான்

கவித்தாசபாபதி

அயலூர் இந்து முஸ்லிம் மக்கள்
அர்த்தமற்ற திருவிழா இது என
வயலில் புகுந்த எருமைகள் போல
கலைக்க முயன்றனர் மக்களையே!

ராமபிரானின் நவமித் திருநாளை
ஒரு முஸ்லீம் ஃபகிர் நடத்துவதா
ஓம குண்டம் யாக நெருப்பு முன்
அல்லா எனத் தொழுதல் சரிதானா?

தீமூட்டிக் கொண்டிருந்தார் பாட்யா: அங்கு
பற்றி எரிந்தது அயலூர் நெஞ்சங்கள்
தோள்காட்டிச் சொன்னார் பாட்யா; எல்லாத்
தொல்லைகளும் இந்தப் பித்தனால் தானே?'

காலம் தொட்டு ஷீரடி மண்ணில்
பேதங்கள் இன்றி வாழ்கின்றோம்
சாலச் சிறந்த சத்தியப்பாதையில்
சகோதரத்துவம் வளர்க்கின்றோம்

பாவி இந்த பாட்யாவின் பேச்சில்
பலியாடுகளாய் ஆனதென்ன
கூடி இணைந்து கொண்டாடுங்கள்'
கருத்தாய்ச் சொன்னர் விழா மக்கள்

கண்களை மறைத்த மதவெறியில்
குருடர்கள் கொடுத்த தடியடியில்
மண்டைகள் இரண்டு சிக்கின
நெற்றியில் குருதி கக்கின

விரைந்து சென்ற சாய் பாபா
இருவர் நெற்றியைப் பொத்தினார்
சினந்த சொற்களின் நெருப்போடு
நிறுத்துங்கள் என்று கத்தினார் -

'இடது கையில் இந்து ரத்தம்
வலது கையில் முஸ்லீம் ரத்தம்
இரண்டுமே சிவப்பு ரத்தம் -
இடம் வலம் மாற்றிய கைகளில்
எது இந்து முஸ்லீம் ரத்தம்?'

சிவந்த சொற்களைத்
தணியவிட்டு சாய்
நனைந்த குரலில்
மேலும் சொன்னார்

பருகும் நீருக்கொரு தர்மம் இல்லை
மூச்சுக் காற்றுக்கும் தர்மம் இல்லை
புதையும் மண்ணுக்குள் தர்மம் இல்லை
தொடரும் மரணத்துக்கும் தர்மம் இல்லை
வாழும் இனிய வாழ்க்கையின் தர்மத்தில்
ஏன் இத்தனை பேதங்கள்?

எல்லா நதிகளும் சங்கமமாகும்
கருணைக் கடலாய் ஷீரடி ஆகும்
எல்லா தர்மங்களும் ஒன்றென ஆகும்
புண்ணியத் திருத்தலம் ஷீரடி ஆகும்
பாரத நாட்டுக்கு மட்டுமல்ல
பாரெல்லாம் பூத்து மணம் பரப்பும்
சகல சனாதனங்களும் வந்து சேரும்
ஒரே ஒரு தலம் ஷீரடி ஆகும்

கவித்தாசபாபதி

என்பதே என் கனவு! என்னால்
உங்கள் மண்ணின் நிம்மதி கெடுமெனில்
இங்கிருந்து நான் போகிறேன் என்று
ரத்தக் கரையுடன் நடந்தார் பாபா!

வைகறையின்றி விடிந்திடுமா
மலர்கள் இல்லாமல் வசந்தமா
காற்றில்லாமல் இசையா
ஊற்றில்லாமல் நதியா
பூரணமில்லாப் பொற்கலசமா
பாபா இல்லாமல் ஷீரடியா?

சுந்தரி பாயும் லட்சுமி தாயும்
விம்மி அழுது கெஞ்சியும்
கண்ணீர்ச் சங்கிலி கட்டிக்கொண்டு
ஊர்மக்கள் தடுத்து நிறுத்தியும்
போய்த்தான் ஆகவேண்டும் என்று
பாபா எட்டடி எடுத்து வைக்க,

மலர்களின் சங்கிலி ஒன்று
மன்னவர் சாயை தடுத்தது
'புலர்ந்தது எங்கள் இருள்நெஞ்சம்
புரியவைத்தீரே பாபா

தீர்க்கமாய்த் தெரிந்து கொண்டோம்
தோளோடு தோள்சேர்த்துக் கொண்டோம்
மார்க்கங்கள் பிரிந்திருந்தாலும்
மனங்களை இணைத்து விட்டோம்'

அயலூர் இந்து முஸ்லீம் கட்டிய
மலர்ச்சங்கிலியைத் தாண்டிச் செல்ல
முயலாமல் பாபா முறுவலித்தார்
மக்கள் எல்லாம் ஆர்ப்பரித்தார்

உள்ளூர் மக்களைத் தழுவித் தழுவி
உறவுகள் ஒன்றென இணைந்தனர்
வெள்ளம் போல பொங்கிய மகிழ்ச்சியில்
சாய் பாபாவுக்கு ஜே! என முழங்கினர்

இந்திர விழாபோல் இனிதே தொடர்ந்தது
இரு மதம் இணைந்த திருவிழா
சுந்தரப் புருஷனின் யுகக் கனவுகளை
சுகமாய் எழுதிய பெருவிழா!

கவித்தாசபாபதீ

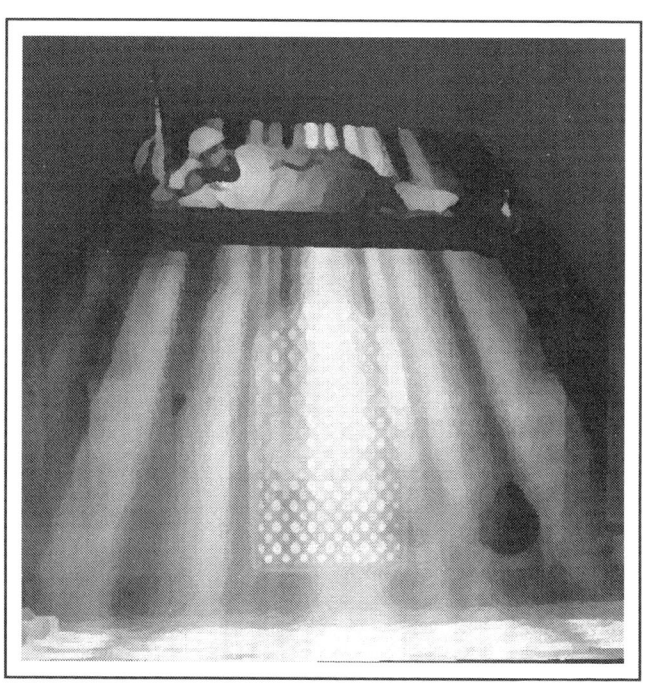

பாட்யாவின் சதித்திட்டம் பாபாவின் கண்டயோகம்

தீட்டிய திட்டமெல்லாம்
திருவிழாக் கூட்டத்தில்
தவிடுபொடி ஆனதினால்
தலைகெட்டுப் போயிருந்த,

பாட்யாவின் பகைநெஞ்சப்
பாம்பு படமெடுத்தது
பாபாவைக் கொலை செய்ய
பெரும் சதி வடித்தது

தூரத்து நட்பொன்றின்
துணைகொண்டு பாட்யா
தேகபல குண்டர்களைத்
தன் அடியாட்களோடு,

ஓர் இரவில் துவாரகைக்கு
அனுப்பிவைத்தார்; ஆனால்
பேயறைந்தது போல் அவர்கள்
திரும்பி வந்து நின்றனர்

கவித்தாசபாபதி

ஸ்ரீ ஷீரடி சாய் காவியம்

வெட்டரிவாளுக்கு அங்கே
வேலை கிடைக்கவில்லை
வெட்டுண்டு கிடந்தார் பாபா
தலை கை கால்கள் சிதறி!

நட்ட நடுநிசியில் உலவும்
'நானாவலி' ஊர்க்காவலன் மீது
அடுக்கினார் பழியை பாட்யா
அடியாட்களை ஏவி!

✸

கருக்கலிலே நீராடி
கண்ணன் கீதம் மீட்டும்
கன்னி ராதா கிருஷ்ண மாயீ
வீணையில் ஒரு சலனம்

ஒரு சின்னக் கனவுப்புறா
சிறகொடிந்து வீழ்ந்தது போல்
திருமகள் பாய்ஜாவின்
விழிப்பில் ஒரு சகுனம்

அக்கணத்தில் தெருவெல்லாம்
அவலக்குரல் அதிரவே
பாபா கொலையுண்ட
கொடுஞ்செய்தி ஒலிக்கவே

மக்களெல்லாம் அலறிக்கொண்டு
முண்டியடித்து ஓடினர்
நானாவலியை அழைத்துச்செல்லும்
அடியாட்களைத் தொடர்ந்தனர்

கபடதாரர் பாட்யாவும்
முதலைக் கண்ணீர் வடித்தபடி
கதறிக்கதறி அழுதபடி
கூட்டத்தில் சேர்ந்தார்

விபரம் ஏதும் புரியாமல்
நானாவலி, நெஞ்சுக்குள்
பாபாவை நினைத்தபடி
மௌனமாய் நின்றான்

துறந்த மனதில், திகில்
கவ்விய உணர்வுகளில்
அரண்டு மக்கள் நின்றிருக்க
அப்துல்லா முன் வந்து

திறந்த வீடு துவாரகையின்
திரைச் சீலையை விலக்கித்
திறந்தபோது எல்லோரின்
திசுக்களெல்லாம் சிலிர்த்தன

எட்டாத உயரத்து ஊஞ்சலில்
கையணையில் தலைவைத்து
திருமால் போல் எங்கள் சாய்
வீற்றிருந்தார் புன்னகை பூத்து!

மட்டற்ற மகிழ்ச்சியில் மக்கள்
மாயவரைத் தொழுது நிற்க
மறுகணம் மெழுகிய கூடத்தின்
தரைமீது நின்றார் நாதர்!

துண்டுத் துண்டாய்ச் சிதறிக் கிடந்த
துறவியின் உடல்தான் எப்படி
ஒன்று சேர்ந்தது என்றே பாட்யா
ஓலமிட்டார்; மேலும்,

கவித்தாசபாபதி

ஸ்ரீ ஷீரடி சாய் காவியம்

கண்டது கனவா நனவா?
காட்சிகள் மாயம்தானா?
எட்டாத ஊஞ்சலை விட்டு
எப்படி இறங்கி வந்தார்?

பதைத்தார் பாட்யா; நானாவலி
பக்குவமாய் உரைக்கலானார்
பரம பக்தன் நானாவலி
பூஞ்சொற்கள் உதிர்க்கலானார்

'விதைப்பவர் அவரே, இங்கு
விளைபவரும் அவரே; கட்டும்
கூடும் அவரே: கூட்டின்
குருவியும் அவரே! கேளாய்

ரிஷிகளில் மகாரிஷி
சித்தர்களில் யுகச்சித்தர்
குருக்களின் ஸ்ரீ சத்குரு
யோகி மகாராஜா சாய்!

திசுக்களால் ஆன உடலை
பிரிப்பதும் இணைப்பதும் மகா
சித்த மகிமை: அதுதான்
நாமிங்கு கண்ட உண்மை

உயர் ஊஞ்சலில் ஏறவும்
இறங்கவும் பாபாவுக்கு
ஏணியாகிறது காற்று
எவரும் காணாத காற்று'

மயிர் கால்கள் சிலிர்க்க
நானாவலி பேச்சில் மயங்கி
மக்கள் வாழ்த்தொலி முழங்க
மென்மையாய் சாய்நாதர் சொன்னார்:

'இதோ பார் பாட்யா, இங்கே
நீ நினைத்தது நடக்கவில்லை
இனியும் பயணம் வெகுதூரம்
உன் வழி நல்வழி ஆகட்டும்

நிதானமாக நினைத்தாலே
நீள்ப்பயணத்தின் சுமை குறையும்
விரோத மனதின் குரோதங்களை
நேசம் ஒன்றே அழித்துவிடும்

மன்னாதி மன்னவர் சாயின்
முத்து மல்லிகைச் சொற்களின்
மயக்கத்திலிருந்து மீளாமல் மக்கள்
மௌனத்தில் திளைத்திருக்க

இன்னுமொரு படி வெறியை
இதயத்தில் ஏற்றிக்கொண்டு
அவ்விடம் அகன்றார் பாட்யா
அவர் புத்தி அவரைத் துரத்தும்!

5

உயிரின் பயணம்

அஸ்தமனக் கவிதை

முன்மதியப் பொழுதொன்றில்
முத்துவெயில் விரித்த நிழல்மீது
மென்னுறக்கம் கொண்டிருந்தார்
திண்ணையிலே சாய் நாதர்

எப்பொழுதும் துவாரகாவின்
செடிகளுக்கு நீரூற்றும்
அப்துல்லா அங்கிருந்தார்
அப்துல்லா யாரென்றால்,

மண்விளக்கு கூடாதென
மசூதியில் முன்னொருநாள்
எண்ணெய் தருவோரை
இடைமறித்துத் தாக்கியவர்

தண்ணீரில் சுடர்விட்ட
தீப தேவ தரிசனத்தில்
கண்திறந்தவர்: பாபாவை
எண்ணமெல்லாம் தேக்கியவர்

✹

மென்னுறக்க மனவானில்
மிதக்கின்ற மேகங்களில்
மின்னலொன்று முறிய
மகான் கண்விழித்தார்

விண்ணின் விழி திறந்து
ஒளிச்சொற்கள் கொண்டு சாயின்
கண்ணோடு பேசியதே
கடவுளின் காந்தக் குரல்!

கவித்தாசபாபதி

ஸ்ரீ ஷீரடி சாய் காவியம்

கணப்பொழுதில் எழுந்து
அப்துல்லாவை அழைத்தார்
வணக்கத்திற்குரியோரை
வரவழைக்கச் சொன்னார்

லட்சுமி பாய், மகல்சபதி,
தாஸ் கானு, கிருஷ்ண மாயீ,
பிச்சையிட்ட எல்லோரிடமும்
பேசிடவே துடித்தார்

அடைமழை வெள்ளம் போல்
அடுத்த சில மணித்துளியில்
மடை திறந்த ஜன வெள்ளம்
மசூதியை அடைந்தது

காற்றில் பாய்ந்து சென்ற
கூப்பிடுக் குரல்கள்
கூட்டி வந்து சேர்த்தது
காடு வயல் சென்றோரை!

பிச்சைப் பாத்திரமே
மணியாக: பாபா, கைக்
குச்சிக்கோலால் தட்டி
இசைத்துக் கொண்டிருந்தார்

வரவேண்டிய எல்லோரும்
வந்தங்கு சேர்ந்தனர்
பெரியதொரு கேள்வியின்
அமைதியில் ஆழ்ந்தனர்

பாபா தன் பிரியமான
பிச்சை மணியை நிறுத்தி
பூபாளம் பாடும் வாயால் - ஓர்
அஸ்தமனக் கவிதை சொன்னார்

கடவுளின் அழைப்பு

'அழைத்த குரலுக்கு
அன்போடு ஓடி வந்தீர்
அழைக்கின்றார் இறைவன்
அவரிடம் நான் போகவேண்டும்'

பாபா சொன்ன சொல்
வெடித்தது பக்தர் நெஞ்சில்
பாபா பாபா என்று
பதைத்தனர் அவர்களெல்லாம்!

ஆதரவாய் நீள்கின்ற
தயவான கரம் காட்டி
பேதை நெஞ்சங்களுக்கு
பாபா மேலும் சொன்னார்

'மகல்சபதி இது ஒரு
மகத்தானப் பயணம்
அகல் உடல் விட்டு போகும்
சுடர் உயிரின் பயணம்

என்னுயிர்ப்பூ கேட்டு
இறைவன் அழைக்கின்றார்
இன்னும் மூன்று நாட்கள்
இருப்பேன் சொர்க்க வீட்டில்

ஸ்ரீ ஷீரடி சாய் காவியம்

வருவேன் மூன்றாம் நாள்
மீண்டும் இந்நேரத்தில்!
ஒருவேளை இறைச் சித்தம்
வரவில்லை நான் என்றால்...'

படபடத்த இதயத்தைப்
பிடித்துக்கொண்டு லட்சுமி
இடைமறித்துப் புலம்பினாள்
எல்லோரும் புலம்பினார்கள்

'எம்முயிரை எடுத்துவிட்டு
எங்கள் சாய் இங்கிருக்க
அம்மன் அருள வேண்டும்
எமனும் இளக வேண்டும்

அதெப்படி சாத்தியமாம்
இறந்துபோன உயிர்
விதி மாறி மீண்டும்
வெற்றுடல் புகுதல்?'

வெள்ளத்தில் தத்தளிக்கும்
உயிர்கள் போல் அவர்கள்
உள்ளத்தின் வெள்ளத்தில்
ஓலமிட்டு அழுதார்கள்

ஒருவாறு அவர்களின்
அழுகுரலை நிறுத்தி
குரு சாய் மெதுவாக
உயிர்க்குரலை உரைத்தார்

'வருவேன் மூன்றாம் நாள்
மீண்டும் இந்நேரத்தில்!
வரும் வரை ஆன்மாவின்
கூடாம் இவ்வுடலையே

சரியாகப் பார்த்திருங்கள்;
சொர்க்கத்திலிருந்து
ஒருவேளை இறைச் சித்தம்
வரவில்லை நான் என்றால்.

என்னுடலை துவாரகையின்
மண்ணில் புதையுங்கள்
என் சமாதி மீதில்
இரு கொடிகள் நடுங்கள்

இந்து மக்களுக்கும்
இஸ்லாம் தழுவிய
சொந்த சோதரர்க்கும்
சுகமான உயிர் உறவின்

சாட்சியாய் காவி, பச்சை,
கொடி நடுங்கள்!' என்றவரின்
காட்சியெலாம் கண்ணீரில்
கரைந்து வழிய, அதோ

புறத்தே வைத்திருந்த
கல்லிருக்கையின் மீது
அறத்தால் ஆண்ட ஏழை
அரசர் சாய் சாய்ந்தார்

கவித்தாசபாபதி

ஸ்ரீ ஷீரடி சாய் காவியம்

கண்ணீர்ப் பாடல்கள்

மகல்சபதி மடியில்
மகானின் தலை வைத்து
பகல் இரவு பாராமல்
பஜனை இசைத்தார்கள்

தண்ணிரவு சுடுவெயில்
தூக்கமும் பாராமல்
கண்ணீர்ப் பாடல்களை
ஊர்மக்கள் கரைத்தார்கள்

"லீலைகள் எங்கு தான்
காண்பது? இனி நாம்
கோலி குண்டாடுதல்
யாரிடம் பாபா?

அதட்டும் மொழியினை
எப்படிக் கேட்பது -உங்கள்
அன்புக் குரலில் எங்கு
நனைவது பாபா?

பஜனைப் பாடல்களைப்
பாடுவதெங்கே - பொய்யில்
நிஜங்களை எங்கனம்
தேடுவோம் பாபா?

ஜீவனைக் காக்கும்
ரூபமே கண்மூடி
ஆவியை நீக்குதல்
முறையோ பாபா?

விபூதி தந்துயிர்கள்
காத்தாய், உமக்கே
விபூதி பூசுகிறோம்
எழுந்து வா பாபா

பிச்சை எடுத்து பாவம்
சுமந்தாய் நீயே
பிச்சையாய்க் கொடுத்துவிடு
நின் உயிரை பாபா

ஒளி வடிந்து வருகின்ற
உன் பாதச் சுவடுகளில்
வலி வடிந்து கண்ணீர்
நதியொன்று போகிறதே

நீ நட்ட மலர்ச்செடிகள்
நிர்கதியோ? வாழ்க்கை மலர்
தீப்பட்டுக் கருகியதே
திரும்பி வா பாபா"

கண்ணீர்ப் பாடல்களை
ஊர் மக்கள் கரைத்திருக்க
எண்ணி மூன்று நாட்கள்
முடியும் தருவாயில்

சதிகாரன் பாட்யா
சரிகட்டிக் கூட்டிவந்தார்
விதி எழுதும் மாவட்ட
ஆட்சியாளர் மைக்ரேலை!

கவித்தாசபாபதி

ஸ்ரீ ஷீரடி சாய் காவியம்

யுக மீன்

நிறுத்துங்கள் என்ற
ஆட்சியரின் உச்சக்குரல்
நிறுத்தியது அழுதழுது
அமர்ந்திருந்த ஊராரை!

பிணத்தை மூன்று நாட்கள்
புதைக்காமல் வைத்திருத்தல்
இணக்கமல்ல என்று
வைத்தியர்க்கு ஆணையிட்டார்

கூட வந்த மருத்துவர்
கோமானைப் பரிசீலித்து
'நாடி இல்லை, ரத்த
நாளங்களும் உறைந்தது

செத்த உடலிதுவே
செத்து மூன்று நாட்கள்'
சுத்த ஆங்கிலத்தில்
சொன்னதுமே, பாட்யா

'புதைக்கச் சொல்லுங்கள்
கலெக்டர் துரையே' என
கதைத்தார்; ஆட்சியாளர்
அவ்வாறே ஆணையிட்டார்

பதைத்தனர் நன்மக்கள்
பாபா உயிர்த்தெழுவார்
பொறுத்திருங்கள் என்றே
போராடிக் கெஞ்சினார்கள்

எழுபத்தி இரண்டு மணி
பூர்த்தியாக வில்லை
எழுந்து வருவார் பார்
எங்கள் சாயி பாபா

மீதமுள்ள மணித்துளியில்
மீண்டு வருவார் பார்
சோதி வடிவானவர்
எங்கள் சாயி பாபா

ஆதியிலும் அடுத்தடுத்து
எத்தனையோ பிறவிக்கடல்
நீந்தி வந்த யுகமீன்
எங்கள் சாயி பாபா

மறுபடியும் வருவதாகச்
சொன்னார் மகாப் புருஷர்
முறையல்ல புதைப்பது
மன்றாடினர் மக்கள்

நிச்சயம் நிச்சயம், சிறு
நேசம் காட்டுங்கள்
சச்சிதானந்தர் வருவார்
என பக்தர்கள் கெஞ்சினர்

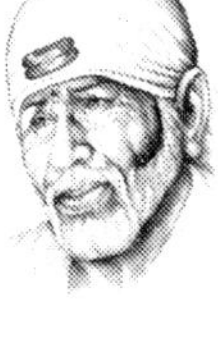

கவித்தாசபாபதி

ஸ்ரீ ஷீரடி சாய் காவியம்

'சட்டப்படி குற்றமிது
சுகாதாரக் கேடு இது
முட்டாள்தனம் பிணத்தை
மூன்று நாட்கள் வைத்தது'

பாட்யா பரபரக்க
பக்தர்கள் துடிதுடிக்க
ஆட்சியர் ஆணையிட
காவலர்கள் குழி பறிக்க,

ஷீரடியின் இதயம்
சுக்கு நூறாய் வெடித்தும்
ஓரசையும் பிசகாமல்
சாய் என்றே துடித்தது

ஓம் சாய் ஸ்ரீ சாய்
ஜய ஜய சாயீ
ஓம் சாய் ஸ்ரீ சாய்
ஜய ஜய சாயீ

சாயீ... சாயீ...

ஓம் சாய் ஸ்ரீ சாய்
ஜய ஜய சாயீ
ஓம் சாய் ஸ்ரீ சாய்
ஜய ஜய சாயீ

சாயீ... சாயீ...

கூடு திரும்பிய கிளி

குழிவெட்டி முடித்த
காவலர்கள், உடலெடுக்க
அடி எட்டு வைத்தபோது
அத்தனை நிசப்தம்

விழி பிதுங்கி நின்ற
மக்களின் மனங்களுக்குள்
ஆழியின் பெருங்கூத்து
அலைகளின் சப்தம்

நீண்ட உறக்கத்தில்
நீத்த உயிர் சாய்ராமை
தோண்டிய ஆறடிக்குள்
தூக்கிச் செல்ல காவலர்கள்,

முனைந்த போது அங்கே
மழைக்குப் பின் காற்றில்
நனைந்த இலை அசைவதுபோல்
நாதர் பாதம் அசைந்ததம்மா

நாதர் பாதம் அசைந்ததும்
நைந்தவர் நெஞ்சில் பூத்த
நாத மலரோவியத்தை
நான் எப்படி வரைவதம்மா?

அடுத்த நொடிப்பொழுதில்
இறைவீடு சென்ற உயிர்
துடித்தது சாய் இதயக்
கூட்டுக்குள் திரும்பி வந்து!

கவித்தாசபாபதி

ஸ்ரீ ஷீரடி சாய் காவியம்

விழித்தார் சாய் நாதர்
வலப்பக்கம் கைவைத்து
எழுந்தார் சாய் நாதர்
எல்லோர்க்கும் உயிர் தந்து!

மலர்ச்சியின் இசை என்றும்
மௌனமாகவே இருக்கும்
புலர்ந்த உளங்கள் அங்கே
பூரித்து நின்றிருக்க,

அட என்ன அதிசயம்
அதுவும் மூன்று நாட்கள்
முடிந்த பின் இறந்தவர்
உயிர்த்தல் எப்படி சாத்தியம்?

முதல் முறை, அதுவும்
ஒரே முறை புவி கண்ட
அதிசயம் இது என்று
அசந்து போனார் ஆட்சியர்

விஸ்வநாதர் அடியெடுத்து
வசந்தமலர்ச் சொல்லுதிர்த்தார்
'மிஸ்டர் மைஃரேல் இங்கு
அசாத்தியம் ஒன்றுமில்லை

ஆன்மாவும் உடலும்
வேறு வேறு; அந்த
ஆன்ம கிளி பறந்தால்
இறந்து போகும் உடல் கூடு

என் ஆன்மா பிரிந்து
இறை இடம் சென்றது
இன்று அது திரும்ப, நான்
இதோ உயிர்த்திருக்கிறேன்'

சொன்னதும், ஆட்சியர்
இருகரம் கூப்பி 'எனை
மன்னியுங்கள் பாபா
மலரடி சரணம்' என்றார்

'பிழை இல்லை, சந்தேகக்
கேள்விகட்கு காலத்தின்
மொழி வந்து பதிலுரைக்கும்
மனங்கள் அங்கு பூக்கும்!

சென்று வாருங்கள்' என்று
சாய் அவரை வழியனுப்ப
நன்றி மலர் பரப்பி
மைஃரேல் விடை பெற்றார்

அகங்காரன் பாட்யா
அடுத்தக் கணம் அங்கிருந்து
அகன்றார் முகம் சிவக்க;
அடுத்தென்ன செய்வாரோ?

கவித்தாசபாபதி

ஜென்ம உறவின் பூவொன்று உதிர்ந்தது

முன்மாலை நேரம்
மனதுக்குள் ஒரு சலனம்
தென்னங்கீற்றுக்கொரு
திடீர் சலனம்...

காலித் திருவோட்டைக்
காற்று வந்து உருட்டிவிட
நாலடி நடந்து வந்து
நாயகர் அதை எடுக்க

ஞானக் கண்களிலே
நீந்தியது ஒரு காட்சி
தானமிடும் பாய்ஜா
தவிக்கின்ற காட்சி

வனஎல்லை வயல் வெளியில்
தனித்தலையும் போதெல்லாம்
தனைத்தேடித் தேடி வந்து
உணவூட்டும் பாய்ஜா,

அந்திம அத்தியாய
ஆசையைக் கரைக்கின்றாள்
முந்தி வந்து உதிரும்
முத்து முத்துக் கண்ணீரில்!

வெள்ளிமீனாய்க் காவிய
வான் தவழும் தாத்யா
கொள்ளை அன்புத் தாயின்
குற்றுயிர் ஊசலாட

கன்றாய்த் துடிக்கின்றான்!
ஒருநாள் நான் துடித்தது போல்
என் தாய் என் மார்பில்
தன்னுயிர் விட்ட நேரம்!

'எங்கிருக்கிறாய் சாய்
எங்கிருக்கிறாயோ
இங்கொரு ஜென்ம பந்தம்
அறுவது அறியாயோ?

அந்திம விழிகள்
மூடும் முன்னே
வந்து நிறைவாயோ-உன்
மடியில் சாய்வேனோ?

பொன்வானச் சித்திரத்தை
இருள் வந்து அழிப்பது போல்
அன்னை விழித்திரையில்
அலைந்தோடும் மேகங்களின்

கவித்தாசபாபதி

ஸ்ரீ ஷீரடி சாய் காவியம்

அந்திம அத்தியாய
ஆசையைக் கரைக்கின்றாள்
முந்தி வந்து உதிரும்
முத்து முத்துக் கண்ணீரில்

பாய்ஜாவின் கடைசி
மௌனத்தின் இசை
சாய்ராமாய் உயிரில்
உருகிக்கொண்டிருக்க,

குடிசையின் கதவு
திறந்தது; சாய் அவள்
கடைசிப் பார்வையின்
காட்சியாய் நுழைந்தார்

அன்னமிட்ட கையை
அணைத்த சாய் மடியில்
இன்னும் பல பிறவி
ஏக்கங்களோடு,

அன்னை பாய்ஜாவின்
ஆருயிர் பிரிந்ததே
ஜென்ம ஜென்ம உறவின்
பூவொன்று உதிர்ந்ததே!

ஜென்மக் கடன்
தீர்க்கும் பாபா

தனி மரமாய் ஆன
தாத்யா துவாரகையில்
இனி என்ன செய்வேன்
அன்னையின்றி வாழ்வில்

என நொடிந்து கிடக்க
ஆறுதலாய் பாபா
கனிவான சொல்லெடுத்து
மனக்களிம்பு பூசினார்

'ஜனனம் மரணம்
மறுபடியும் ஜனனம்
இனும் ஒரு மரணம்
இதுதான் வாழ்க்கை

அனாதை என்றழும்
அன்புப் பிள்ளையின்
கனாக்களை மலர்த்துதல்
கண்ணீரை துடைத்தல்

உண்டு கடன் பட்ட
என் ஜென்மக் கடமை
என்றும் அவனைக் காத்தல்
உன் கடமை என்று

லட்சுமி பாய்க்கு சாய்
அன்பால் ஆணையிட
லட்சுமியோ தாத்யாவுக்கு
அன்னையாய் இருப்பேன் என்றாள்

கவித்தாசபாபதி

6

முதிர் காலம்

ஹேமாட்பந்த் எழுதிய
சாய் சத் சரிதம்

வாழும் தெய்வத்துக்குச்
சாத்திய ஒரே ஒரு
ஆழக் காவியம்
சாய் காவியம்; அதை

'வாழும் காலத்தின்
வரலாறாய் எழுதி
சாய்பாதம் பின் நாளில்
சமர்ப்பித்தார் ஹேமந்த்'

என்பதை 'சரிதையின்
சத்தியங்கள்' தலைப்பில்
முன்னெழுதிய மொழியை
மனதில் நினைவு கொள்க!

பெரியவர் ஹேமந்த்
பொன்மனதில் உதித்த
அரிய எண்ணத்தை
அன்பர்களிடம் உரைத்தார்

ஸ்ரீ ஷீரடி சாய் காவியம்

ஷியாமா மகல்சபதி
சிவகுரு நாதர் மூவர்
தயாளர் ஸ்ரீ சாயின்
திருக்காவிய எண்ணத்தைத்

தெரிவித்த ஹேமந்த்தைத்
தூக்கிப் போற்றவே
குரு சித்தர் காவியத்தின்
ஊற்றுக்கண் திறந்தது

வாழும் தெய்வத்துக்குச்
சாத்திய ஒரே ஒரு
ஆழக் காவியம்
சாய் காவியம்; அந்த

ஆழக் காவியம்
அன்பர் ஹேமந்த் பந்தின்
ஏழைக் கவிமனதில்
இயல்பாகப் பிறந்தது

வேப்பமரச் சூரியனை,
வீசிய கற்களைப்
பூப்பூவாய்ச் சூடிப்
பல ரூபம் கொண்டோனை,

விடிந்து விடியாப் பாதையில்
வடிந்து வரும் ஒளியை,
முடிந்த பின்னும் மூன்று நாளில்
உடல் திரும்பிய உயிரை

எத்தனையோ பிறவிக்கடல்
நீந்தி வந்த யுகமீனை
பித்தரை சித்தரை
பரம குரு நாதரை

பிச்சைப் பேரழகரை,
எங்கிருந்தோ அழைப்போர்
அச்சம் தீர்த்தருளும்
ஏழை அரசரை

வன ரஞ்சனை,
வாழ்வோடுக் கூத்தாடும்
ஜன ரஞ்சனை,
ஜோதிப் பரம்பொருளை

கோலி குண்டு விளையாடும்
குழந்தை மனிதரை,
போலி கண்டு தவநெருப்பில்
பொசுக்கும் புனிதரை,

மார்க்க நதிகளின்
சங்கமக் கடலை
தீர்க்க தரிசியை,
தேவாதி தேவனை,

பார்த்துப் பார்த்து பூரித்த
மகிமைகளின் நினைவுகளை
கோர்க்கக் கோர்க்க
கொள்ளை போனார் ஹேமந்த்

கவித்தாசபாபதி

ஸ்ரீ ஷீரடி சாய் காவியம்

சின்னச் சின்ன வரி அசையின்
சொற்கட்டில் அவர் கையில்
பொன் காவியம் பூரணமாய்ப்
பொங்கித் ததும்பியது

ஆழக் காவியம்
சாய் காவியம்; அதை
வாழும் தெய்வத்துக்குச்
சாத்திடச் சென்றார்

உச்சிப் புகழ் கொள்ளும்
சீடர் தந்த புத்தகத்தை
பச்சிளங் குழந்தையைத்
தொடுவது போல் கையில் ஏந்தி

மௌனத்தின் சொல்லெடுத்து
புன்னகையால் வாழ்த்தி
கௌரவித்து குழந்தையை சாய்
கவித்தாயிடம் தந்தார்!

தாயுள்ளம் கொண்ட
ஹேமந்த் தன் பிறவிக்கடன்
தூய இக் காவியத்தால்
தீர்ந்ததென மெய் சிலிர்த்தார்

கொங்குநாட்டில் சாயீ,
சிவாம்மா தாயீ

சாய் சத் சரிதங்கள்
சொல்ல மறந்து போன
தூயவள் ஒருத்தியின்
தெய்வக் கதையிது

கொங்குநாடு கோவையின்
வெள்ளைக்கிணறு ஊருக்கு
தங்கவேல் கௌண்டர்
வரவழைத்தார் சாய் ராமை

ஒரு நாளும் ஷீரடியை
அகலாத சாய் நாதர்
இரு நாட்கள் அவ்வூரில்
தங்கினார் என்ற

ஓருண்மை சொல்லும்
ஒரு நேரத்தில் பல
ரூபங்கள் எடுக்கும் சாய்
ருத்ரனின் அவதாரம்!

எத்தனையோ அதிசயங்கள்
எதிர் தோன்றி நிகழ்த்திய
சித்தர்க்கெலாம் சித்தர்
தத்தாத்ரேயர் லட்சணம்

தங்கவேல் கௌண்டர் ஒரு
தங்கம்; அவர் மன
மெங்கும் நிறைந்திருக்கும்
நினைவெல்லாம் சாய் நாதர்

சாய் உடலுக்குப் கப்போது
எழுபத்தி ஒரு வயது
சாய்க்கு தான் அறிவோமே
பல லட்சம் வயது!

தங்கவேலின் தம்பி மகள்
பதின்மப் பருவ இளந்தாயை
சங்குகளில் வலம்புரியாய்
சாய்நாதர் தேர்ந்தெடுத்தார்

கடலோசைப் போல, சாய்
காயத்ரி மந்திரத்தை
மடல் காதில் ஓதி, சிறு
காகிதத்தில் எழுதித் தந்தார்

அந்நாளில் ஆடவரே
ஓதும் அம் மந்திரத்தை
பொன்னாளாய் பெண்மையின்
புது மனதில் புகுத்தினார்

சிறுகாகிதம், சாய் நினைவின்
சின்னம் தொலைத்து வருந்தவே
ஒரு நாள் கனவில் தோன்றி
அரிசி ஜாடியில் அதைக் காட்டினார்

மலைப்பள்ளத்தில் ஏகாந்த
மேகங்கள் மிதப்பதுபோல்
மனமெல்லாம் சாய் நினைவு
மிதக்க அவள் மலையானாள்

ஒரு முறை சென்றாள்
ஷீரடிக்கு ஷீரடிக்கு
மறுபடியும் மறுபடியும்
மறுபடியும் சென்றாள்

ரயில் பெட்டியில் ஒரு முறை
வெற்றிலை தேடுகையில்
வயதானதொரு சாது தோன்றி
வெற்றிலை மடித்துத் தந்து

அடுத்தக் கணம் மாயமான
அற்புதத்தை அவள் நினைவில்
மடித்து வைத்துக்கொண்டாள்
வந்தவர் சாய்ராமன்றோ?

சிவபாதச் சரணடைந்தாள்
சாய்ராம் ராஜம்மாவை
'சிவாம்மா தாயீ' என்றழைத்தார்
'சிவனின் தாய்' அதன் பொருள்!

உற்றார் பெற்றோர்
உறவினர்களைப் பிரிந்தாள்
மற்றோர் நினைவில்லை
மாயவரின் நினைவானாள்

தமிழன்றி வேறெந்த
மொழியறியா அவளிடம்
தமிழறியா சாய்நாதர்
தமிழிலே பேசுவார்

★

கவித்தாசபாபதி

சிவாம்மா தாயீ

முன்னர் அவள் வாழ்ந்து
கணவர் கைவிட்ட
தென்னகர் பெங்களூரில்
தெய்வப் பணி ஆற்றுமாறு

அவ்விளம் அபலைத் தாயை
அருள் தந்து அனுப்பிவைத்தார்
திவ்வியர்; தெய்வத்தாய்
தெற்கின் திசை திறந்தாள்

பூங்கா நகரில் பன்னாள்
பிச்சை எடுத்துண்டாள்
நீங்காத சாய் நினைவில்
நெடுந்தூரம் நடந்தாள்

மடிவாளா என்னும் ஊரில்
பொட்டல் காட்டில் மேற்கொண்ட
கடுந்தவத்தில் எறும்புப் புற்று
அவள் மீது எழுந்தது

ஊரில் ஒரு புரவலர்
உத்தமியின் அருள் உணர்ந்து
சேற்றில் ஒரு குடிசை கட்டி
அந்நிலத்தை அவருக்களித்தார்

மேன்மை மிகு இளந்தாய்
மடம் ஒன்று திறந்ததும்
ஆன்மீகச் சோலையாய்
பின்னாள் அது வளர்ந்ததும்

கவித்தாசபாபதி

ஸ்ரீ ஷீரடி சாய் காவியம்

ஏழைகளின் அபலைகளின்
ஏக்கங்கள் கழித்ததும்
வாழையடி வாழையாய்
வளர்ந்து அது செழித்ததும்

பிச்சைப் பேரழகர்க்கு
புதுக்கோயில் அமைத்ததும்
மெச்சும் கல்விச் சாலை
கல்லூரிகள் சமைத்ததும்

சாய் புகழை தென்னகரில்
சீராக வளர்த்ததும்
சாய் அருளை சிந்தனையை
சேவை வழி அளித்ததும்

தாயவள் நூற்றிநான்கு
வருடங்கள் வாழ்ந்ததும்
சாய் நாதர் சந்நிதியில்
முக்தியில் ஆழ்ந்ததும்

சிவாம்மா சேவகியின்
தர்மத்தின் மகிமை கூறும்
சாய்சரிதம் சொல மறந்த
தெய்வத்தாய் வரலாறு!

பால கங்காதர திலகர் சாய் தரிசனம்

நாத மலர்கள் தினம் பூக்கும்
நந்தவனம் துவாரகையில்
கீத பஜனையில் சாய் ஒரு நாள்
மிதந்து கொண்டிருந்தார்

சாய் ராம் சாய் ராம் என்ற
சத்தியத்தின் இசை மீது
சாய்ந்திருந்தார் சாய் ராம்
இரு விழிகள் மூடி

நெற்றிக் குவியத்தை, சாய்
நிமிர்த்தி, சைகையால்
சற்று பஜனையை நிறுத்தி,
விருந்தினர் வருகிறார் என்றார்

அக்கணம் விருந்தினர்
துவாரகையில் அடிவைக்க
மிக்க பணிவுடனே
எழுந்து நின்றார் சாய் பாபா

'முக்கியத் தலைவர் இவர்
விடுதலை வீரர்' என
மகல்சபதி எடுத்தியம்ப
'அறிவேன் நான்' என்றார் சாய்

கவித்தாசபாபதி

பால கங்காதர திலகர்

சுதந்திரம் எம் பிறப்புரிமை
அதை அடைந்தே தீருவோம்
இதந்தருமிச் சொற்றொடரை
இதயத்தின் மந்திரமாய்

மங்காமல் உயிர் மூச்சில்
வைத்திசைக்கும் பால
கங்காதர திலகர் என்று
கைகூப்பி வரவேற்றார்

அண்ணலின் அன்பில்
அதிசய ஞானத்தில்
மண் தொடும் எளிமையில்
மலர்ந்தார் திலகர்

'கண்களில் ஏக்கங்கள்
நிரம்பித் ததும்பிட
'எண்ணிய விடுதலை
இயலுமா பாபா?'

அந்நியர் ஆதிக்கம்
அகலுமா பாபா?'
நன்னெறி தியாகி
திலகர் வினவினார்

ஞானத்தின் படகை
விழி மூடி எதிர்வரும்
காலத்தின் நதியில்
செலுத்தினார் சாய் ராம்

கண்களின் கதவுகள்
திறந்து 'திலகரே
எண்ணியது நடக்கும்
ஆனால் இப்போதன்று

மிகைதான் எனினும்
இரு பத்து ஆண்டுகளில்
அகிம்சையின் தோட்டத்தில்
சுதந்திரப்பூ மலரும்

அந்தத் தோட்டத்தின்
விதைகளாம் உங்களை
சொந்த தேசம் இது
என்றுமே வணங்கும்!'

நேசர் சாய் சொல்லில்
நெகிழ்ந்த திலகர் மகான்
நெடும்போரின் களம் திரும்ப
நாதரிடம் விடைபெற்றார்.

செல்வந்தர் பூட்டியும் கிருஷ்ணர் கோயிலும்

பக்தர்களின் தேவைக்கு
மண்டபம் கட்டித் தந்த,
மக்களின் சேவைக்காய்
மனவாசல் திறந்துவிட்ட,

சாய் நாதர் பாதங்களில்
சரண மலராய் விழுந்து
ஓய்வின்றித் தொண்டாற்றும்
சீமான் கோபால்ராவ் 'பூட்டி',

இந்நாளில் ஸ்ரீ கிருஷ்ணன்
புதுக்கோயில் கட்டுதற்கு
தன்னையே எழுதிவைக்கும்
தனி அத்தியாயம் இது!

அந்நாளில் அன்னவரின்
அகங்காரம் அகன்ற கதை
முன்னொரு பாகத்தில்
வாசித்த நினைவிருக்கும்!

★

கவித்தாசபாபதி

ஸ்ரீ ஷீரடி சாய் காவியம்

கார்முகில் வண்ணன்
கண்ணனுக்கு ஷீரடியில்
ஓர் ஆலயம் அமைக்கும்
ஆசையை ஷியாமா,

மகல்சபதி, தாஸ்கானு
மூவரும் வெளியூரில்
புகழ் பெற்ற செல்வந்தர்
பூட்டியோடு பகர்ந்தனர்

மகிழ்ந்தார், முன் நாளில்
மண்டபம் கட்டுதற்கே
அகம் மலர்ந்து பெருந்தொகை
அள்ளித் தந்த சீலர்

சந்நிதி அமைத்திடவே
செல்வங்கள் மற்றுமன்றி
தன்னையே தருவதாக
தருமர் பூட்டி சொன்னார்

நால்வரும் நாதர் சம்மதம்
நினைத்தனர் நாளை கேட்க,
பால்நிலா இரவில் நால்வர்
கனவில் சாய் சம்மதம் தந்தார்!

கனவினில் தோன்றுவார் சாய்
கண்ணில் வேர் ஊன்றுவார் சாய்
நினைவினில் நகைப்பார் சாய்
நெஞ்செலாம் நிறைவார் சாய்

திசை எட்டு கண்டாலும்
தேசம் பல சென்றாலும்
தசமி போல் நல்ல நாள்
வாராது அதனாலே

விஜய தசமிக்குள்
தேவாலயத் திருப்பணிகள்
நிஜமாக வேண்டுமென்று
நேசர் ஆணையிட்டார்

எண்ணிய நற் சிந்தனைகள்
எந்நாளும் மண்ணுலகில்
திண்ணமாய் மலர்த்தும்
திவ்விய மன உலகம்!

புண்ணியத் திருத்தலமாம்
பாபாவின் ஷீரடியில்
கண்ணனுக்குக் கோயில்
கட்டுமானம் துவங்கியதே!

கவித்தாசபாபதி

இயேசுபிரான்

சுதந்திரத்தின் சுகக் காற்றை
சொந்த தேசம் சுவாசிக்கும்
நிரந்திரமாய் என்று சாய்
நிச்சயமாய் சொன்னார்: அது

பிரித்தாளும் ஆங்கிலேயர்க்குப்
பிடிக்கவில்லை; மேலும்,

ஆங்கிலேயர்க் கெப்போதும்
அரசாட்சி மட்டுமல்ல`
நீங்காப் புகழ் கொண்டு
நானிலத்தில் கிறுத்துவம்

ஓங்கவேண்டும் என்ற
உள்ளத்து தாகம் உண்டு
வாங்கி விடும் மூச்செல்லாம்
இயேசுபிரான் என்பார்கள்

மேரி, இயேசு கீர்த்தியை
மேதினியில் பரப்பினார்கள்
ஊரெலாம் சாய் குரல்,
உத்தமனார் மெய்புகழ்

பாரெலாம் பரவுகின்ற
போக்கினை அறிய
வேர்வரை விசாரிக்க
வித்திட்டார் துரை ஒருவர்

கவித்தாசபாபதி

‘நானிலத்தில் ஒரே கடவுள்
நாதர் இயேசு நாதர்
கானகம் சூழ் ஊரில்வாழ்
கபட யோகி பாபா’

மேலிடத்தின் ஆணைப்படி
மெய்யறிய ஷீரடிக்கு
மாநில உயரலுவலர்
மறுநாளே விரைந்தார்

புண்ணியத் திருத்தலமாம்
பாபாவின் ஷீரடியில்
கண்ணனுக்குக் கோயில்
கட்டுமானப் பணிகளில்

மண்ணின் மக்களெலாம்
மகிழ்ந்துழைக்கும் நாளதில்
கண்ணில் கேலிப்பார்வை
கொட்டி அவர் வந்தார்

மிகை உற்சாகம் கொண்டு
முதிய அகவையிலும்
சகு வரதன் சாய்நாதர்
சுழன்று கொண்டிருக்கையில்

புகைப்படம் எடுத்திடவே
ஒளிப்படக் கருவியை
பகைகுணம் கொண்டவர்
பார்த்தபடி நின்றார்

சம்மதம் இல்லாமல்
சாயைப் படமெடுத்தல்
இங்கிதம் இல்லையென
இடைமறித்த மக்களை

'உங்களை ஆள்பவன் நான்
உத்தரவு கேட்பதா
எங்கள் அடிமைகளே'
என்று படமெடுத்தார்

முரட்டு அலுவலர் தன்
நிழற்படச் சுருள்தனை
இருட்டறையில் கழுவி
இறுமாந்து பார்த்தவுடன்

மிரட்சி கொண்டார் ஒரு
மின்னல் தாக்கியதாய்!
நிறை உரு இல்லை சாயின்
திருப்பாதப் படத்தைக் கண்டார்!

மந்திரச் செயல் இதுவே
மமதை நீக்கிக் கொஞ்சம்
தந்திரமாய்ப் படமெடுத்து
மேலிடம் அனுப்ப எண்ணி

வந்தார் மறுநாள் அங்கே
சம்மதம் கேட்டு சாய்க்கு
வந்தனம் போட்டு முழு
நிழற்படம் எடுத்துப் போனார்

கவித்தாசபாபதி

ஆர்வத்தின் வண்டுகளும்
குழப்பத்தின் புழுக்களும்
ஓரிடம் சேர்ந்து அவரின்
அகத்தினை அலைகழிக்க

நீரில் கழுவி வந்த
நிழற்படம் காட்டினார்கள்
காரிருள் விலகி கண்ணில்
கருணையின் காட்சி கண்டார்

ஏகன்முகம் பார்த்த கண்ணில்
இயேசு முகம் தெரிந்ததம்மா
ஆகச் சிறந்த அருளில்
உயிர் மலர்ச்சி கொண்டாரம்மா

சாகும் வரை போதும் இந்த
சாட்சியே! சாயீ சாயீ
ஆகையால் நீயே இறைவன்
இயேசுநாதர் என்றாரம்மா!

பறவையாய்ப் பறந்து சென்று
பாபாவின் கைதொட்டழுது
திருமால் கிருஷ்ணன் நீயே
இராமன் இயேசு அல்லா நீயே

ஒரு முறை சாய் நின்பாதம்
முத்தமிட வேண்டும் என்றார்
சிறுபிள்ளை போலே நேசரின்
மலரடி முத்தம் பெய்தார்

தயவான கைகள் கொண்டு
தலை நீவி எழச் சொல்லி
சுகமான ஆங்கிலத்தில்
சுரமேற்றி பேசிய பாபா

அகம் மலர ஆசிகள் தந்தார்
அலுவலரோ தலைவணங்கி
தகுந்ததோர் சேவை செய்ய
ஆணையிடக் கேட்டு நின்றார்

'அன்பரே நீயிங்கெடுத்த
என்படம் தனையே இந்த
நன்னிலம் ஷீரடி ஊரின்
ஒவ்வொரு இல்லத்திற்கும்

நன்றென அச்சிட்டுத் தந்து
உதவிட வேண்டும், நான்
என்றுமே எனது மக்களை
அதன் மூலம் பார்த்திருப்பேன்!'

★

கவித்தாசபாபதி

 ஸ்ரீ ஷீரடி சாய் காவியம்

பாட்யாவின் பாவங்கள் தண்டனையால் தீரும்

முன்னொருநாள் பாபாவை
மசூதியில் மக்கள்
முன்னிலையில் பாட்யா
முறைத்தபடி கேட்டார்

'என் மக்கள் உம்மை
இறைவன் எனக் கொண்டாட
என்ன உண்டு நீங்களோ
இறந்துண்ணும் யாசகர்

இவ்வூரில் தங்கியே
எந்நாளும் பிச்சை கொள்ளல்
எவ்வாறு நன்றாகும்
இங்கிருந்து செல்' என்றார்

'பாவங்களைப் பிச்சையாய்
எடுக்கிறேன் என்று பாபா
நாவடக்கத்தில் நவில,
பாட்யா நகைத்துச் சொன்னார்;

'என் பாவத்தையும் பிச்சையால்
எடுக்கலாமே' என்றவரை
உன் பாவம் தீரும்
தண்டனையால்' என்றார் பாபா

எடுத்த அடியெல்லாம்
எதிராக வைத்தவர்க்குக்
கிடைத்ததே தண்டனை
காலத்தின் கணக்குப்படி!

அச்சாணி முறிந்து
தடம் புரண்ட வண்டியின்
சக்கரத்தில் பாட்யாவின்
முழங்கால்கள் சிக்கின

வண்டியிலிருந்து அவர்
விழுந்த வேகத்தில்
தண்டெலும்பு மூட்டு
பல முறிவாய் முறிந்தன (multi fracture)

மாவுக்கட்டு கட்டியும்
மருந்து பல உண்டும்
நீவியும் பல நாட்கள்
நடக்க முடியாமல்

தவித்த பாட்யாவின்
தலைகனம் குறையவில்லை
குவித்த பாவங்களால்
கால்வலியும் குறையவில்லை

கவித்தாசபாபதி

பாட்யாவின் மனைவியோ
பாபாவின் பக்தை!
வேட்கையோடு பாபாவை
வேண்டுக என பல நாள்

தன் பதியை இறைஞ்சினாள்
தலை கனத்தான் கேட்கவில்லை
இன்று அவள் சொல்கேட்டு
எழுந்து நிற்க முயற்சித்தார்

முழங்காலின் வலி அவரின்
மூளை நரம்பில் அதிர
அழாத குறையோடு
ஓ பாபா என்றழைத்தார்

அடுத்து என் சொல்ல
அசையாத கால் அசைய
எடுத்தார் அடி எடுத்தார்
சாய் படத்தில் சரணடைந்தார்

அழுதார் தொழுதார் அவர்
அரும் மனைவி பூரித்தாள்
எழுந்தது இல்லத்தில்
ஆனந்த இசையலைகள்!

சுபமான இவ்வரிகளை
சரிதையில் எழுதும்போது
கபர்தே கஸ்தூரி பாயின்
குடும்பக் கதை நிழலாடும்

✶

பொங்கும் புதுப்புனல் போல்
பாய்ந்தோடித் தம்பதிகள்
மங்கல விளக்கெரியும்
மசூதிக்கு வந்தார்கள்

அந்தி ஓவியனின்
எழில்வானச் சித்திரத்தை
பிந்தி வரும் இருள் மூடும்
பின் மாலைப் பொழுது

வானில் ஒரு நிலவு
மண்ணில் ஒரு நிலவு
ஞானஒளி கால் நீட்டித்
திண்ணையிலே அமர்ந்திருக்க

ஓடி வந்த பாட்யா
'ஓ பாபா இதுவரை நான்
ஆடிய பாவங்களின்
ஆட்டமெலாம் மன்னிப்பீர்'

வெட்கிக் குனிந்தபடி
விழிநீர் சொறிந்தபடி
மக்கள் சேவகரின்
கால் பிடித்துக் கெஞ்சவே,

'இரண்டு ரூபாய் எனக்கு
இப்போது கொடு பாட்யா'
விரிந்த கைநீட்டி
வேந்தர் சாய் கேட்கவே,

ஸ்ரீ ஷீரடி சாய் காவியம்

'கண்ணன் கோயிலுக்குத்
கேட்பதெல்லாம் கொடுப்பேனே
என்ன இது பாபா
இரண்டு ரூபாய்?' என அழுத

கணவரைத் தொடர்ந்து
மனைவியும் கேட்கின்றாள்
'அனைவரிடம் இரண்டு ரூபாய்
கேட்பது ஏன் பாபா?'

ஏழை தெய்வத்திற்கென்றே
எழிலான இளஞ்சிரிப்பு
ஆழ் நெஞ்சின் அடியிலிருந்து
அன்பில் மிதந்து வரும் சிரிப்பு

புன்சிரித்து சாய் நாதர்
'நான் உன்னிடம் கேட்டது
உன்சிறுத்த அறியாமை,
அகங்காரம் இரண்டையே

காமம் குரோதம் சிலரிடம்
கோபம் விரோதம் சிலரிடம்
பொறாமை துர்குணம் சிலரிடம்
பெறுகிறேன்' என்று அருளினார்

கனவுக் கோயில் வளரும் காலம்

தேவக் குயவன் போல்
தையத் தைய என சாய்
பூவையர் நீரூற்ற
சேற்றில் ஆடுகிறார்

சரணம் சரணம்
பரப் பிரும்மனுக்கே சரணம்
சரணம் சரணம்
பிரபஞ்சன் விஷ்ணுக்கே சரணம்
சரணம் சரணம்
திரிசூலன் சிவனுக்கே சரணம்
சரணம் சரணம்
ரகு குல ராமனுக்கே சரணம்
சரணம் சரணம்
புருஷோத்தம கிருஷ்ணா சரணம்
தீன் தன தீன் தன தக தீம் என்று
உச்சஸ் தாயில் பாடுகிறார்

சாய் நடக்கும் சேற்றுச்
சுவடுகள் தொட்டு மக்கள்
சரணம் சரணம்
சாய் நாதா சரணம் என்று
ஹரிக் கோயில் கட்டும்
திருப்பணிகளில் மூழ்குகிறார்

கவித்தாசபாபதி

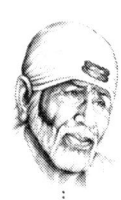

ராமர் பாலம் செய்ய
வானரங்கள் கல் சுமந்தது போல்
ஊர் மக்கள் கூடி வேலை
உவந்து உவந்து செய்ய

கனவுக்கோயில் அங்கு
கடகட வென வளர்ந்து
நனவாகும் நேரம்
நிறைந்து கொண்டிருந்தது

ஒரு நாள் மாலை
பூட்டியிடம் சாய் உரைத்தார்
'அரும் பெறும் அழகுடன்
உருவாகியிருக்கிறது கோயில்

பின்னாளில் லட்சோப
பக்தர்கள் திசையிலிருந்து
எந்நாளும் வந்திங்கு
அருள் பூத்துச் செல்வார்கள்

பக்தியில் மிதந்து
பஜனைகள் புரிந்து
சக்தி பெறுவார்கள்
சந்தோஷம் அடைவார்கள்'

சாய் நாதர் வாக்கில்
சிலிர்த்த பூட்டியோ
'சாய் அருளால் எல்லாம்
சாத்தியம் ஆனது

கண்ணன் திருச்சிலையும்
சிற்பி வடித்துவிட்டார்
எண்ணம் போல் தசமியில்
உற்சவம் செய்திடலாம்'

புரவலர் பூட்டி இதை
பூரித்துச் சொன்னதும்
ஒரு மலர்க் காட்டின்
தும்பியின் ஏகாந்தச்

சிறகுகளாய் சாய்
விழியிமைகள் மலர்த்தி
உறவுகளின் உன்னத
உழைப்பை வாழ்த்தினார்

அலங்காரப் பிரியன்
அழகன் கண்ணனுக்கு
அற்புத மானதோர்
அழகு மேடையங்கு

சலவைக் கற்கொண்டு
அமையுங்கள் என
சர்க்கரைச் சொற்கொண்டு
சுந்தர சுகமளித்தார்!

கவித்தாசபாபதி

ஸ்ரீ ஷீரடி சாய் காவியம்

வியாதி கொண்ட வெள்ளிமீன்

இளகிய மனத்தவள் லட்சுமி
ஈஸ்வர்க்கு அன்னம் அளித்த பின்
களவாளி போல் மௌனமாய்
கல்மேடையருகே நின்றிருந்தாள்

சாய்க்கா தெரியாதிருக்கும்
சோக அலைகளின் சுழலில்
தாய்மனப் படகு தவித்துத்
தத்தளித்துக்கொண்டிருப்பது?

கோயில் கட்டும் திருப்பணியில்
கடுமையாக உழைத்தபோது
நோயில் வீழ்ந்தான் தாத்யா
நீங்காத இருமலில் தவித்தான்

ரத்தம் காறிய ஒருநாள்
வீட்டில் பார்த்த இலட்சுமியிடம்
சத்தியம் வாங்கிக் கொண்டான்
சாய்க்குச் சொல்லக் கூடாதென்று!

சாய்க்கா தெரியாதிருக்கும்?
சதகுரு நாதர் சொன்னார்
'நோய்க்கொரு முடிவு உண்டு
நிம்மதி அடைவான் தாத்யா

எழுபத்து இரண்டு ஜென்ம
பந்தமிது; அவன் தாயின்
விழிகளின் ஈரப் பார்வைகள்
எப்போதும் என் மீதிருந்தது

எங்கிருந்தாலும் என்னைத்
தேடித் தேடி வருவாள்
பொங்கி வைத்த உணவைப்
பாசமாய் தாயவள் தருவாள்

என்னுயிர் விடுத்தேனும்
அவள்மகன் உயிர் காப்பேன்
இன்னுயிர் நீத்தல் என்னும்
இயற்கையின் சட்டம் ஏற்பேன்

சொன்னவர் கரிசன மொழியில்
பனித்தது லக்ஷ்மியின் விழிகள்
அன்னையின் இதயம் வரையில்
இறங்கின கண்ணீரின் வேர்கள்!

கவித்தாசபாபதி

உயிர் செங்கல்

சித்தர்களின் பூமியிது. அவர்கள் நிகழ்த்திய அற்புதங்கள் எண்ணற்றவை.

பால்யத்தில் பாபாவின் சிறப்பைக் கண்டு பொறாமையால் மற்ற சீடர்கள் அவரைக் கொல்ல முயற்சிக்க, அவர்களின் குரு வெங்குசா, பாபாவை தன்னுயிர் தந்து காத்தார். பாபா மீது வேகமாய் எறியப்பட்ட செங்கல்லைத் தடுக்க பாய்ந்த வெங்குசாவின் நெற்றியைத் தாக்கிய செங்கல்லில் அவர் ரத்தக்கறை படிந்தது.

உயிர் நீக்கும் அத் தருவாயில் குரு வெங்குசா தன் எல்லா சக்தியையும் அச்செங்கல்லில் அடக்கி பாபாவுக்குத் தந்து உயிர் போல் காத்து தன்னுடன் வைத்திருக்கும்படி ஆசி வழங்கினார். அது உடையாமல் பாதுகாக்கவேண்டும் என்றும் அது உடைந்துவிட்டால் பாபாவின் ஆன்மா உடலை விட்டுப் பிரிந்துவிடும் என்றும் சொல்லி வைத்தார்.

அது போலவே பாபா அதை தன் உயிராக துவாரகையில் மஞ்சள் துணி சுற்றி பரண் மீது வைத்து பாதுகாத்தார்.

முன்னொருநாள் அன்னை பாய்ஜா சுத்தம் செய்யும் பணியில் இருந்தபோது செங்கல்லைத் தவற விட பாபா அதைப் பிடித்துக்கொண்டார். அப்போதுதான் அதன் கதையை அன்று துவாரகையில் இருந்த லட்சுமி, மகல்சபதி, ராதா கிருஷ்ண மாயீ எனும் சுந்தரி பாய் ஆகியோர் முன்னிலையில் விளக்கினார்.

அதன் பின் பல்லாண்டு காலம் அவர்கள் அதை உயிரினும் மேலாக பாதுகாத்து வந்தனர்.

இது உயிர் செங்கல் உடையும் நேரம்!

உடலை விடுகிறேன் அவதாரத்தை அல்ல

அதிகாலை இளங்காற்றின்
அலைகளின் முகடில் ஏறி
இதமாக வரும் கீதம்
எந்நாளும் ஷீரடி கேட்கும்

புதுவீணை மீதில் தெய்வ
நடனங்கள் விரல்கள் காட்டும்
அது ராதா கிருஷ்ணமாயியின்
அன்றாட மலர்ச்சியாகும்

ஆத்மாவின் ராகங்களை
அன்றவள் இசைத்த பின்னர்
பூத்த மனதோடு துவாரகைப்
பணிகளில் இறங்குகின்றாள்

காத்திருந்து காத்திருந்து
காலமகள் போல் கண்திறந்து
பார்த்திருக்கும் லட்சுமி பாய்
பாபாவுக்கு உணவளித்தாள்

கவித்தாசபாபதி

பங்கு கேட்க வந்ததங்கு
பாசமுள்ள தெருநாய்கள்
அங்கை வீசும் அரிசிமணிகள்
அருந்த வரும் சிறு பறவைகள்

தங்கிப் பிரிந்து செல்லும்
சொந்தங்கள் போல் அவரின்
நெஞ்சை விசாரித்து
நீங்கிச் செல்லும் நினைவுகள்

வெங்குசாவின் சீடராக
வாழ்க்கையில் அவதரித்த
லிங்கன்சாய் மனதில் அன்று
இனம் புரியா ஒரு சலனம்

பொங்கும் கடலலைகள்
நிற்பது போல் ஒரு காட்சி
எங்கும் நிறை கடவுள்
அழைப்பது போல் ஒரு மௌனம்

இடம் பார்த்து நல்ல
ஏவல் பார்த்து அங்கே
திடும் என ஒரு சத்தம்
மௌனத்தைத் கலைத்ததுவே

துடைக்கின்ற போது
தெரியாமல் அப்துல்லா
வெடுக்கென்று தவறவிட்ட
உயிர் செங்கல் உடைந்ததுவே

அதிர்ந்தனர் லட்சுமி பாய்
கிருஷ்ணமாயி இருவரும்
அதுதான் வெங்குசாவின்
ஆன்மா என அறிந்தவர்கள்

பதறினர்; ஆனாலும்
பாபாவோ புன்சிரித்தார்
மெதுவான குரலெடுத்து
உடைந்த கல்லை எடுத்து,

'உடைந்தது இரண்டாக
உடல் உயிர் பிரிவு நிலை
அடைந்தது' என்று அதை
தவநெருப்பின் விறகிலிட்டு,

'விடை பெறும் நேரம்
வந்துவிட்டது' என்றார்
துடிதுடித்தார் அப்துல்லா
தேம்பித் தேம்பி அழுதார்

'பாவி நான் தீங்கிழைத்தேன்
பாபா' எனக் கதறினார்
'ஆவதெலாம் அவன் செயல்
ஈஸ்வரின் லீலை இது

ஆவலாய் அன்பு மலர்
வளர்த்தவன், துவாரகையின்
காவலன்நீ' என்று பாபா
அப்துல்லாவைத் தேற்றினார்

★

கவித்தாசபாபதி

ஸ்ரீ ஷீரடி சாய் காவியம்

முல்லை மலர்க்கொடி
கொம்பொடிந்து விழுவது போல்
மெல்லத் தளர்ந்தார் சாய்
மெது மெதுவாய் அசைந்தார்

எல்லைகள் இல்லாதவர்
ஏற்ற தன் பாத்திரத்தின்
வில்லெய்திய அம்பாய்
விலகி வந்து அமர்ந்தார்

காதோரம் நரைத்த முடி
கண்ணெல்லாம் கனிவான
மாதா லட்சுமி பாய்
சாய் அருகே அமர்ந்திருக்க

சாகா வரம் கொண்டு
சரிதையில் நீ இருப்பாய்
நீதான் உலகின் பக்தி
வழிகள் ஒன்பதிலிருந்து

என்னை விடுவிக்கிறாய்
அதன் அடையாளமாக
உன்னிடம் தருகின்றேன்
ஒன்பது நாணயங்கள்

என்று பாபா லட்சுமிக்கு
நாணயங்களைத் தரவே
அன்று அன்னை அழுத கண்ணீர்
ஆயுளுக்கும் தீராது!

*

நீல ஒளி விழிகள்
நெருப்பாகச் சிவக்க
கோல உடலழகு
கொஞ்சம் கொஞ்சம் குலைய

காலத்தின் தூதுவன்
குருதியை வாய் வழியே
ஓலமிட்டு உமிழ்ந்தார்
அடங்காத இருமல்களால்!

ஒருபுறத்தில் பாபா
குருதி உமிழ்ந்தபோது
மறுபுறத்தில் இருமிச்
செத்துக்கொண்டிருந்த

திருவாளன் தாத்யாவின்
தேகம் சிலிர்த்தது
திடீரென இருமல் நின்று
தெம்பு பிறந்தது

அடுத்த கணம் அவன்
உணர்ந்தான்; உடனே
எடுத்தான் ஓட்டம்
எண்ணம் தவிதவிக்க!

தொடுத்த இசைமாலை
அறுந்துவிட வீணையின் மேல்
விழுந்தாள் கிருஷ்ணமாயீ
அந்நேரம் அவள் வீட்டில்!

கவித்தாசபாபதி

உறவுகளாம் ஊர்மக்கள்
ஓடோடி வந்தார்கள்
பறவைகளும் படபடத்து
பெருங்கூச்சல் இட்டன

தெரு நாய்கள் உணர்ந்தனவோ
துவாரகையைச் சுற்றின
சிறகொடிந்து துவண்டது
ஷீரடியின் மனது

‘எந்தன் உயிர் காக்க
நின்னுயிர் விடுவதா?’
வந்து சேர்ந்த தாத்யா
வாய் விட்டுக் கதறினான்

சொந்தமெனும் உயிராலே
ஜென்மம் பல வளர்த்த
பந்தம் முறிந்ததென்று
பாபா முறுவலித்தார்

சுற்று முற்ற ஊரார்கள்
சூழ்ந்தார்கள், கோயில் கட்டி
வெற்றி கண்ட ‘பூட்டி’
வெளியூரிலிருந்து வந்தார்

பற்றின்றி மகல் ஷா
பேச்சின்றி பாட்யா
முற்றி வெடித்தது போல்
மனமெல்லாம் வெறுமை

'ஏழு கடல் தாண்டி
இருந்தாலும் என் நினைவில்
வாழ்வோரை நான் அழைப்பேன்
சிட்டுக்குருவி போல' என்ற

ஏழை அரசன் சாய்
இருமல் சத்தம், பக்தர்
ஆழ்மனதின் காதுகளில்
கேட்டது பல மூலைகளில்

துன்பத்தின் கண்ணீரில்
துவாரகையை மூழ்கவிட்ட
அன்பின் உறவுகளை
ஆதரவாய்க் கையசைத்துப்

பொன்னொளிச் சொற்களால்
பேசுகிறார் சாயி மகான்
இந்நாளும் எந்நாளும்
உலகாளும் சாய் சொற்கள்

★

உடலை விடுக்கிறேன் நான்
அவதாரத்தை அல்ல, பெருங்
கடலில், அதில் எழும்பும்
கதிரவனில், வெண்ணிலவில்

மடலில், மைனாக்களில்
மின்னும் விண்மீனில்
கடவுளின் நிழலிலெல்லாம்
காண்பேன் நான் உங்களை!

கவித்தாசபாபதி

ஸ்ரீ ஷீரடி சாய் காவியம்

இறைவன் அழைக்கின்றான்
இயற்கையின் நியதியிது
நிறைவான பக்தர்களே
நேசித்திருங்கள் என்னை

நிறைப்பேன் உள்ளங்களில்
நிம்மதியை எந்நாளும்
கரைப்பேன் கவலைகளை
குழப்பத்தின் அச்சங்களை!

சோதியை ஏற்றுங்கள்
சுடராக நானிருப்பேன்
பூதியை தீட்டுங்கள்
பரவசங்கள் நான் தருவேன்

சாதி மதம் துரத்துங்கள்
சங்கமத்தில் நான் வருவேன்
மீதியை நான் பார்ப்பேன்
முயற்சி உங்கள் கையில்

கோடி பக்தர் வந்து
கொண்டாடும் திருத்தலமாய்
ஓடும் பக்தி மார்க்க
நதிகளெல்லாம் ஒன்றாகக்

கூடும் கடல் இதுவாகும்
திசைகளெல்லாம் திரும்பி
நாடி வரும் நிம்மதியின்
நந்தவனம் இதுவாகும்

இங்கு வந்து பார்க்கவேண்டும்
என்றில்லை என் படத்தை
இல்லத்தில் பூஜித்தால்
அங்கும் தங்குவேன் நான்

எங்கெங்கோ சிந்துகின்ற
என் பக்தர் கண்ணீரை
இங்கிருந்தே துடைப்பேன்
பஜனைகளில் கரைவேன்

ஓரடி எனை நோக்கி
நீங்கள் எடுத்து வைத்தால்
நூறடி நான் வருவேன்
நேசமலர் செண்டோடு

'இஷ்டமாய் நான் தூங்கும்
இடம் இது சமாதி அன்று
கஷ்டங்கள் நீக்குகின்ற
கோயிலாகும்' என்றார் சாய்

ஹரிக் கதை ஊரெல்லாம்
பாடச் சென்ற தாஸ் கானுவை
அழையுங்கள் என்ற சாயின்
ஏக்கத்தின் கனிவுக் குரல்

ஏதோ ஓர் ஊரில் உள்ள
தாஸ்கானு உணர்வில் கேட்க
இதயம் நொறுங்கியவர்
ஷீர்டிக்குப் பயணமானார்

சாய் ராம் சாய் ராம் என்ற
கான தீபங்கள்
கண்ணீரின் தெப்பத்தில்
இரவு பகல் மிதக்க

ஓய்வில்லை உறக்கமில்லை
உணவின் நினைவில்லை
சூழ்ந்திருந்து இசைத்தனர்
சோகத் தாலாட்டு!

★

கவித்தாசபாபதி

 ஸ்ரீ ஷீரடி சாய் காவியம்

திசையெங்கு சென்றாலும்
தசமிபோல் வாராது
பசுமையாய் சாய் சொன்ன
விஜய தசமி வந்தது

'திசுக்கள் ஒவ்வொன்றிலும்
எங்கள் சாயீ
திறந்திருக்கும் எல்லோர்க்கும்
துவாரகா மாயீ

சாய் பாதச் சரணங்களில்
கங்கை யமுனை
சாய் முகம் என்றாலே
கருணை கருணை!'

பொங்கி வரும் கீதங்கள்
பொன் மலர்கள்
பூத்த நெஞ்சங்கள்
சாய் சரித சத்தியங்கள்

தூய உள்ளங்கள்
தேவ சுக ராகங்கள்
சாய் கீர்த்தனங்கள்
சத்தியத்தின் நித்தியங்கள்!

அலங்காரப் பிரியன்
அழகன் கிருஷ்ணனுக்கு
விலையில்லாக் காதலின்
கோயில் கூடத்தில்

சலவைக் கற்கொண்டு
அமைத்த எழில் பீடத்தில்
சாய்ராமின் திருச்சிலையை
சொர்க்க சுகந்தம் வீசும்

சுப தசமித் திருநாளில்
நிறுவினார்கள், ஷீரடியின்
சப்த அலைகளின் மேல்
உற்சவம் நடந்தது!

சொர்க்கத்தின் கண்கள்
சொக்கிப் போக
விண்ணோர்கள் வாழ்த்த
மண்ணெல்லாம் சிலிர்த்தது

ராஜாதி ராஜ, யோகி ராஜா
பர ப்ரம்ம, சச்சிதானந்த
சமர்த்த சத்குரு ஸ்ரீ
சாய்நாத மகாராஜர் வாழ்கவே!

ராஜாதி ராஜ, யோகி ராஜா
பர ப்ரம்ம, சச்சிதானந்த
சமர்த்த சத்குரு ஸ்ரீ
சாய்நாத மகாராஜர் வாழ்கவே

ராஜாதி ராஜ, யோகி ராஜா
பர ப்ரம்ம, சச்சிதானந்த
சமர்த்த சத்குரு ஸ்ரீ
சாய்நாத மகாராஜர் வாழ்க வாழ்கவே!

கவித்தாசபாபதி

ஸ்ரீ ஷீரடி சாய் காவியம்

வேப்பமரம்

வனம் தன் ரஞ்சனை
நினைத்துக்கொண்டிருந்தது
ஊரெல்லையில் ஒரு மரம்
தவித்துக்கொண்டிருந்தது

தன் போர்வைக்குள்
நாளை உறங்கவைக்க
இரவு வந்தது

இரவு வந்ததும்
விளக்கேற்றியது
பகல் நிலவு!

நிலவொளியில் நினைவு வெளியில்
நின்றாடும் வேப்பமரம்
வேப்பமரம் வேப்பமரம்
ஊரெல்லை வேப்பமரம்
போதிமரம் போலே
பொலிந்த வேப்பமரம்

காலக் காலங்களின் கதையில் வாழும்
காவிய வேப்பமரம்
சூரியனுக்கே நிழல் கொடுத்த
சுந்தர வேப்பமரம்

அந்த இரவில்
வேப்பமரத்தின் இலைகள்
'சாய் சாய்' என்று
காற்றோடு விழித்திருந்தது!

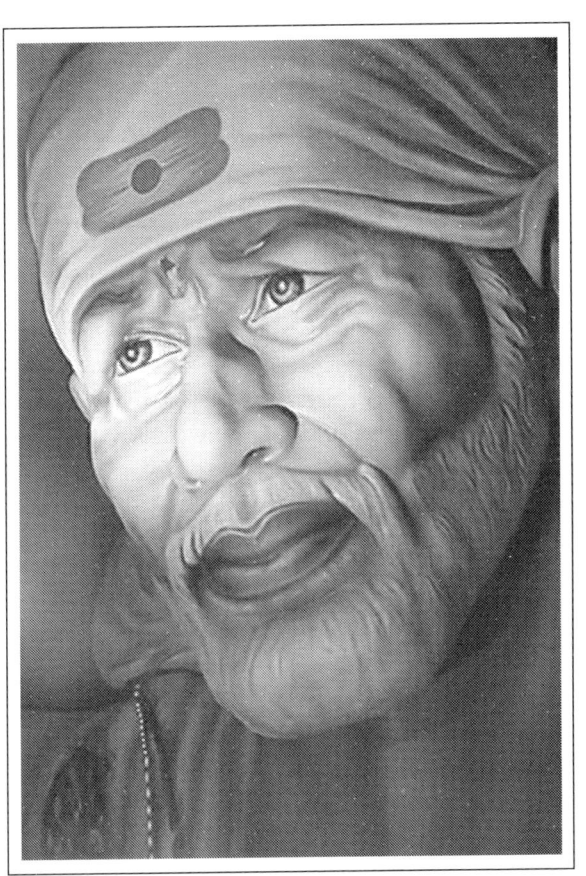

கோயில் மணி ஓசை

பதினாறு வயது இளம் சித்தராக ஸ்ரீ சாய் பாபா ஷீரடியில் தோன்றியதே (1854) அவர் வரலாற்றின் துவக்கமாகும்.

அவர் அவதரித்த ஆண்டு 1838. அவர் பிறப்பிடம் குறித்த ஆதாரப்பூர்வமான தகவல்கள் இல்லை என்பதால், குழந்தைப் பருவம் காவியத்தில் இடம் பெறவில்லை. சாய்நாதர் தன் குருநாதர் வெங்குசா என்று சீடர்களுக்கும் சட்ட ஆணையருக்கும் அறிவித்ததை மட்டும் அவர் குழந்தைப் பருவ குறிப்புகளாக மிகத் தெளிவாகக் காட்டப்பட்டிருக்கிறது.

ராதா கிருஷ்ண மாயீ என்று சாய் நாதரால் அழைக்கப்பட்ட சுந்தரி பாய் பதின்மப் பருவ பால்யத் திருமணம் செய்யப்பட்டு, எட்டே நாட்களில் கணவர் இறந்து போனதால் மனம் நைந்து இல்லம் விட்டு ஓர் இரவில் தப்பித்துப் போனார். கால் நடையாக புனிதத் தலங்கள் பல சுற்றி வந்தார். ஸ்ரீ கிருஷணனை நித்தம் தன் நெஞ்சில் வைத்து பூசித்தாள்.

பின்னர் ஷீரடியில் சாய் முகத்தில் கண்ணன் தரிசனம் பெற்று அங்கேயே காலமெல்லாம் தங்கிய அந்த அழகிய தெய்வீகப் பாத்திரத்தை கன்னி மகளாகவே காட்டுகிறது காவியம்.

சாய் வரலாற்றை, அதிசயங்களை பல காப்பியங்கள் எழுதினாலும் தீராது. என்றென்றும் தொடரும் மகா காவியத்தின் மிகச் சில நிகழ்வுகளை மட்டும் புள்ளிகளாக இட்டு இணைத்த ஒற்றைக் கோட்டு ஓவியம் (Oneline sketch) இச்சிறு காவியம்.

சாய் சத்சரிதங்கள், சாய் வரலாற்றுக் குறிப்புகள், சாய் திரைப்படங்கள், சாய் லீலைகள், அற்புதங்கள் பொன்மொழிகள் அவரைப் பற்றிய காணொளிகள், சொற்பொழிவுகள் பலவும் இக்காவியம் இயற்ற உதவியது.

அவதாரத்தை விட்டு அல்ல, உடலை விட்டு சாய் பிரிந்தது 1918ல். அன்றும் இன்றும் என்றும் அவர் நிகழ்த்தும் அதிசயங்களில், என்னை சாய் காவியம் எழுத வைத்ததும் என்னில் ஒரு அதிசயமே என்பேன்.

அணிந்துரையாக காவிய ஆராதனை செய்த முன்னோடிக் கவிஞர் சிற்பி ஐயாவை நன்றிப்பெருக்கோடு வணங்குகிறேன். நண்பர் அமிர்தம் சூர்யாவை அன்போடு அணைக்கிறேன்.

பரவசமாக எழுதிய ஒவ்வொரு அத்தியாயத்தையும் மின்னஞ்சலில் அனுப்ப அனுப்ப உடனுக்குடன் பின்னூட்டங்களால் ஊக்கம் அளித்த என் துணைவி தீபா, அன்புத் தோழன் கவிஞர் ம. பிரபு, ஊட்டி, இருவரையும் இங்கு நேசத்தோடு நினைத்துப் பார்க்கிறேன்.

பிச்சைப் பேரழகர், நடனமாடும் சாய் ராம் ஓவியங்கள் வரைந்து தந்த என் பால்ய காலத்து சிநேகிதன் ராமமூர்த்தியை [மேலூர் ஓசஹட்டி] நேசிக்கிறேன். நூலை மிகச் சிறப்பாக வெளியிடும் ஓவியா பதிப்பகத்திற்கு நன்றியும் பாராட்டுகளும்.

இந்தக் காவியத்தை ஒரு கோயிலாகக் கட்டினேன். ஆத்ம ராகம் இசைக்கும் எளிய சொற்களால் கட்டிய ஆடம்பரமில்லாத கோயில்! இதைக் காணவந்த கவிதைப் பிரியர்கள், வாசகர்கள், பக்தர்கள் மற்றும் காவியம் எழுதத் துவங்கியபோது ஊக்கம் அளித்த கவிநண்பர்கள் யாவரும் என்றும் நலம் வாழ பிரார்த்திக்கிறேன்.

ஓம் ஸ்ரீ சாய் ராம்

நேசத்துடன்
கவித்தாசபாபதி

Kavithasababathi
69, Best County 3
Near Sambram College,
Viyaranyapura Post,
Bangalore 97
E mail : saba_shiv@yahoo.com